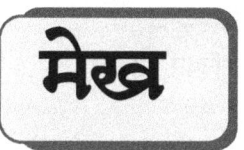

मेख

सुहास शिरवळकर

दिलीपराज प्रकाशन प्रा. लि.

२५१ क, शनिवार पेठ, पुणे - ४११०३०.

❖ मेख / Mekh

❖ प्रकाशक
राजीव दत्तात्रय बर्वे
मॅनेजिंग डायरेक्टर
दिलीपराज प्रकाशन प्रा. लि.
२५१ क, शनिवार पेठ, पुणे - ४११०३०.

❖ © सुगंधा शिरवळकर
२५१/क, शनिवार पेठ,
पुणे - ४११ ०३०.

❖ **प्रकाशन दिनांक -** २० मार्च २०१०

❖ **प्रकाशन क्रमांक -** १७५९

ISBN - 978 - 81 - 7294 - 784 - 2

❖ **टाईपसेटिंग**
पितृछाया मुद्रणालय,
९०९, रविवार पेठ,
पुणे - ४११००२.

❖ **मुखपृष्ठ सजावट, मलपृष्ठावरील मजकूर**

❖ **website:**www.diliprajprakashan.com
❖ **Email:**diliprajprakashan@yahoo.in

अनुक्रमणिका

मेख

मेख

खरंतर पायी चालण्याचा मला मुळीच कंटाळा नाही. लहानपणापासूनच पायी भटकण्याची इतकी सवय झाली आहे, की दिवसातून आठ-दहा किलोमीटर चालणं झालं नाही, तरच रात्री माझे पाय दुखतात. झोप लवकर लागत नाही.

या भटकण्याच्या आवडीपायीच मी लहानपणी उदबत्त्या-उटणी-मसाले-फटाके... असं घरोघरी हिंडून विकलं आहे, माझं शिक्षण या पैशांवरच पूर्ण झालं आहे. आणि साहजिकच मला आता जॉब मिळाला आहे, तोही सेल्समनचाच आहे!

असं आहे-गाव नवीन. नोकरी नवी. रात्री पाठ टेकण्यापुरता एका होस्टेलच्या रूमचा आधार आहे. जेवणखाण बाहेरच. तर, लवकर होस्टेलवर येऊन करायचं तरी काय? मला खेळण्याचा नाद नाही. दारू पीत टाइमपास करायला मित्र नाहीत. ते जोडण्याचा माझा स्वभाव नाही. एका विशिष्ट अंतरापलीकडे मी संबंध जाऊच देत नाही! मग करणार तरी काय?

हां, होस्टेलच्या कॉमन रूममध्ये टी. व्ही. आहे; तो बघता येईल. कारण अग्निहोत्रासारखा तो सतत चालूच असतो. पण आपल्याला जो कार्यक्रम पहावासा वाटतो, तो इतर कोणालाही पहायचा नसतो, हे टी. व्ही. कार्यक्रमांचं एक वैशिष्ट्य असतं! कार्यक्रमांबाबत कोणा दोघांचं एकमत होत नाही. मग वाद नि भांडणं! त्यापेक्षा नकोच ना ते टी. व्ही. पाहणं!

दिवसभर राबावं. संध्याकाळी होस्टेलला येऊन फ्रेश व्हावं, कपडे

बदलावेत, आधी बाहेर पडावं, नि मग ठरवावं-काय करायचं!

कधी मी दोन-दोन चित्रपट लागोपाठ पाहतो. कधी नुसताच मैलोन् मैल भटकतो. नाटकाला तर हमखास जातोच जातो.

त्या दिवशी मी नेहमीप्रमाणे संध्याकाळी बाहेर पडलो. तो दिवस मात्र नेहमीप्रमाणे नव्हता. पगार झालेला आहे. घरी पैसे पाठवण्याची निकड नाही. उद्या सुट्टी आहे... असा दिवस वारंवार येत नाही!

मी जाम खुश. काय करावं नि काय नाही असं झालेलं.

एक जीनची पॅन्ट घ्यायचीच होती, ती विकत घेतली. तिला मॅचिंग टी शर्ट दिसला, म्हणून तोही घेतला. मग, एका नेहमीच्या हॉटेलात बसून व्हिस्कीची क्वॉर्टर मारली, फिश वगैरे खाल्लं. पलीकडच्या टॉकीजला अमिताभचा 'अग्निपथ' लागला होता. तिकीट मिळालं, म्हणून बसलो.

पाहिला होता, पण पुन्हा पाहिला. अमिताभकरता. फार टेरिफिक काम करतो, साला! एकदा तरी त्याच्याशी शेक हॅन्ड करायला मिळालं पाहिजे राऽव! "अग्निपथ - अग्निपथ - अग्निपथ...!" आह! त्या बेसच्या आवाजात त्यानं मला 'ग्लॅड टु मीट यू' म्हटलं ना...

चित्रपट पाहून बाहेर पडलो, तर फिरण्याचा असा जाम मूड आला, की होस्टेलवर परत जावंसंच वाटेना!

अमिताभसारख्याच लांब लांब ढांगा टाकत चालत राहिलो.

अर्धं शहर, आणि सिगारेटचं एक पाकीट.

अडीच-पावणेतीनला जांभया यायला लागल्या. दारूचा इफेक्ट निल झाल्याने थंडीचा कडाका जाणवू लागला.

म्हटलं, चला... जावं आता परत! दिवस मस्त कारणी लागला.

जोपर्यंत भटकंती चालू होती, तोपर्यंत काहीही जाणवलं नव्हतं. होस्टेलवर परतायचं म्हटल्यावर लक्षात यायला लागलं.

भयाण.... फार भयाऽण...

एकटं... एकाकी.

मागे दूऽरवर वळण घेत गेलेला रस्ता... पुढे दूऽरवर नदीचा दिसणारा पूल.

उभ्या उभ्या झोपी गेलेल्या पहारेकऱ्यासारख्या वाटणाऱ्या इमारती.

त्यांच्या हातांत जळत्या सिगारेटी राहून गेल्यासारख्या वाहणाऱ्या दिव्यांच्या रांगा.

सगळं थंडीच्या आवरणाखाली गोठलेलं. त्यावर हलक्या धुक्याचं धुरकट शिक्कामोर्तब आणि सर्व स्तब्धतेच्या विरोधात लढा द्यायला निघाल्यासारखा एकटा मी!

क्षणभर मनाचे व्यापार, काही कारण नसताना, बधिर झाले. पाण्याने कानात दडा बसावा, तसा मनाला दडा बसला.

हा रस्ता... तो पूल कुठे जातो? कोणत्या अज्ञाताची वाट ही?

मी चपापून, जागीच उभा राहिलो. भ्रमिष्ट नजरेनं, गेला रस्ता न्याहाळू लागलो. हं.... हे डॉ. अग्रवालांचं 'डायग्नॉस्टिक सेन्टर'. पलीकडे ती रेमंडची शो रूम. म्हणजे आपण 'चांदणी' चौकातून लेफ्ट मारून या रस्त्याला लागलो की! करेक्ट. म्हणजेच हा 'शाहू' ब्रिज.

पुलाचं नाव आठवताच ओळख पटली. मनाचा दडा सुटला. सगळं दृश्य परिचयात आलं. चकितच झालो, की नेहमीचा रस्ता, नि तो असा अपरिचित वाटण्याचं कारणच काय?

शक्य आहे. नेहमी मी हा रस्ता पाहतो, तो कायम रहदारीनं गजबजलेला वाहनं उलट-सुलट धावत असतात. सिग्नलस चालू असतात. पायी चालणाऱ्या लोकांची धांदल-गडबड असते. दुकानांचे चकमकाट असतात. फुटपाथवर फेरीवाल्यांची आक्रमणं असतात. ही पहिलीच वेळ, की यातलं काहीच नाही! या रस्त्याची ही ओळख प्रथमच असल्यानं तो असा संभ्रमात टाकून गेला असेल?

विचार करता करता मी एक एक पाऊल पुढे टाकत राहिलो. पुलाचा वळणाचा चढ पार करीत असतानाच, एकाएकी दिवे गेले! काही कारण नाही. ते लागलेले नाहीत, म्हणून गेले, एवढंच दिव्यांबाबत खरं असतं!

मिट्ट...मिट्ट म्हणजे भू-गर्भात असावा, तसा काळामिट्ट अंधार! अंधारही कृत्रिम कलप केल्यासारखा कुळकुळीत असू शकतो, हे अशाच अवेळी कळू शकतं.

हां.... तरीच!

अमावस्या! शहरगावांत रात्रभर दिवे असतात. म्हणून पौर्णिमा अन् अमावस्या असा फरकच करता येत नाही. याच काय, नजर पोचेल तिथपर्यंतचे कदाचित साऱ्याच शहराचे दिवे गेलेत, नि आकाशाकडून प्रकाशाचा कवडसाही नाही, म्हणून लक्षात तरी आलं!

'अमावस्या' या तिथीला काही गूढ संदर्भ असतात. त्यातून नदीचा पूल. अपरात्र, निर्मनुष्य रस्ता.

आपोआपच, मन गूढतेचे सारे संकेत स्वीकारतं. माणसाच्या चालीवरही या स्वीकृतीचे उलट-सुलट परिणाम होतात.

काय गंमत असते,की काही माणसं अशा वेळी इतकी सावध होतात, अगदी प्रत्येक पाऊल विचार करून, पचवून-पचवून जणू 'तसलं' काही असेलच तर ते मागे येऊ शकणारच नाही! आणि काही माणसं चालण्याचा वेग अनियंत्रित वाढवतात, जणू 'तसले काही' चे पाय पांगळेच असतात!

हं, मी आता म्हणतोय, पण त्या वेळी माझ्याही चालण्याचा वेग थोडा वाढलेलाच होता!

ऐन मध्यावर येत असताना, मला एक जाणीव झाली

आपण एकटे नाही! आपल्या मागे आणखी कोणीतरी आहे.

झटकन् प्रतिक्षिप्त क्रियेनं मागे वळून पाहिलं.

असलंच, तरी या घनघोरात ते दिसणार थोडंच होतं? पण मानवी स्वभाव आपला!

पुन्हा चालू लागलो, मागे कोणी नाही. 'अमावस्या' आहे, हे लक्षात आल्याने आपल्या मनाचे खेळ सुरू झालेत! हे स्वत:शी मान्य करूनही माझा वेग मात्र आणखी वाढला.

अंहं, कोणी दिसलं नाही तरी 'आहे'!

मध्येच पायांचा जो आवाज जाणवला, तो अनवाणी होता. माझ्या पायांत तर बूट होते.

काय स्वाभिमान असतो माणसाचा पण!

मनातून मी अतिशय टरकलो होतो. आसपास चिटपाखरू नव्हतं. म्हणजे भीतीला वाट करून देण्यासाठी मी ओरडलो असतो, पळत सुटलो असतो, तरी माझ्याखेरीज ते कोणाला समजण्याची पण शक्यता नव्हती! परंतु आपण घाबरलो आहोत, हे स्वत:शी कबूल करण्याचीदेखील मला लाज वाटत होती. या कबुलीनं जणू मी माझ्याच नजरेतून उतरणार होतो!

आता, खूप उशीर झाला... घरी लौकर पोचलं पाहिजे, असं मनाला बजावत मी चालण्याचा वेग आणखी वाढवला. चालणं आणि पळणं यांतली मी सीमारेषाच गाठली.

आणि त्याच वेळी, कोणीतरी अगदी कोवळ्या आवाजात म्हणालं,

''काका... जरा हळू चाला नं!''

हळू अन् भरभर... चालता तर यायला हवं!

पायांत एकदम मणाची बेडी, शरीरभर गारवा पसरत असतानाच शरीर घामानं ओलंचिंब, घशाला कोरड, डोळे खोबणीतून बाहेर येत, वटारले गेलेले!

''तुमच्या पायात बूट आहेत; मी अनवाणी आहे!''

''क कोण?...कोण?''

''मी, मी आहे इथे... तुमच्या डाव्या हाताला.''

माझ्या मनगटाला लहान मुलाच्या हाताचा स्पर्श झाला.

मी वळून पाहिलं.

स्पष्ट असं काही दिसणं शक्यच नव्हतं. पण नजर अंधाराला एव्हाना बऱ्यापैकी सरावली होती. आपला हात धरणारा कोणी तेरा-चौदा वर्षांचा मुलगा आहे, एवढं जाणवण्याइतपत आउट लाइन्स दिसत होत्या.

एक मानवी देह-त्यातून, लहान मुलाचा, दिसताच. माझी भीती सरसरत खाली आली.

''काय रे, इतक्या रात्रीचा तू इथे काय करतोयस?''

या दीडदमडीच्या एवढ्याशा पोरानं एका मिनिटाकरता का होईना, आपली तंतरवली होती. याचा संताप माझ्या स्वरात डोकावला असणार.

''इथे.... मी तुमच्या मागोमाग तर आलोय! त्या मागच्या चौकापासून

मी तुम्हाला गाठायचा प्रयत्न करतोय!"

"कशाला?"

"रस्त्यात कोणीच नाही ना! मला भीती वाटते की!"

"भीती वाटते, तर बाहेर पडलास कशाला? जा घरी पळ!"

"घर? तेच तर मला सापडत नाहीये, अन् काही आठवत पण नाहीये!"

"आठवत नाहीये? तुझं घर तुला आठवत नाहीये?"

"नाही ना!"

पूल पार करून मी 'प्रताप' चौकापर्यंत आलो होतो. आणि तो माझाच मुलगा किंवा लहान भाऊ असल्यासारखा, माझा हात घट्ट पकडून चालत होता.

"घराचं वर्णन... आसपासच्या खुणा... काहीतरी आठवत असेल?"

"अं... नवी बिल्डिंग आहे. खाली फरसाण आणि मिठाईचं दुकान आहे. एक कटिंग सलून आहे."

"या वर्णनाच्या इमारती तर या शहरात हजारोंनी मिळतील!"

"हो ना! संध्याकाळपासून मी शोधतोय, तर प्रत्येक बिल्डिंग मला माझीच वाटतेय!"

कठीण आहे. तेरा-चौदा म्हणजे काही वर्षा-दोन वर्षाचं मूल नाही, ज्याला आपलंच घर आठवू नये, सांगता येऊ नये. बरं, मतिमंद किंवा वेडा वगैरे म्हणावं, तर हा तसा वाटत नाही.

"नाव काय तुझं?"

"आनंद सदाशिव मांगले."

"वडील काय करतात तुझे?"

"दारू पितात! आई कामावर जाते!"

"छाऽन! ती कुठे नोकरी करते?'

"एका हॉस्पिटलात नर्स आहे. नाव आठवत नाही!"

साला, हे काहीतरी अजबच कॉम्बिनेशन होतं. ह्याला स्वत:चं संपूर्ण नाव आठवतं; घर आठवत नाही! वडील दारू पितात, आई नर्स आहे, हे

आठवतं; तिचं कामाचं ठिकाण आठवत नाही!

मला शंका यायला लागली-हा काहीतरी कारणाने घरातून पळून आलेला असणार, नि त्याला घरी परत जायचं नसणार!

वाटेत एक पोलिसचौकी लागत होती. मनात विचार केला-ह्याला पोलिसांच्या ताब्यात द्यावं! पुढचं ते पाहून घेतील!

स्वत:च्या विचारांच्या नादात, अंधारात जपून पावलं टाकत, चौकीपर्यंत आलो. पाहतो, तर हा आनंद सदाशिव मांगले कुठे आहे?

जरा वेळ चौकीबाहेर थांबलो, वाट पाहिली. की, आपल्या वेगात चालता न आल्याने किंवा लघवीसाठी म्हणून म्हणा मागे राहिला असेल, येईल.

दहा-पंधरा मिनिटं झाली, तरी ह्याचा पत्ता नाही!

बरं, पोलिसचौकीतही सगळी ठार निजानीज. बाहेर मी एकटाच किती वेळ असा रेंगाळत उभा राहणार?

म्हटलं, मागच्या तिटठ्यावर वगैरे तो दुसऱ्या रस्त्यानं निघूनही गेला असेल!

चालू लागलो, तर जेमतेम चाळीस-पन्नास पावलं पुढे गेलो असेन नसेन...

"तिथे का थांबलो होतो आपण?"

"अं...?" मी दचकून विचारलं, "तू आहेस का? मला वाटलं,"

"तुमची सोबत सोडून, अंधारात कुठे जाणार?"

"होतास कुठे पण?"

"हात करणाऱ्या पोलिसाचा तो चौकोन नाही का, त्यावर बसलो होतो."

"मला कसा दिसला नाहीस?"

"मी तुम्हाला पाहात होतो; तुम्ही माझ्याकडे पाहिलंच नाहीत!"

"मी तुझीच वाट पाहत होतो!"

"मला काय माहीत? तुम्ही थांबलात, मला वाटलं, दमलात."

त्याची उत्तरं तर्कदृष्ट्या बरोबर होती. पण माझ्यासमोर आता हे नवीनच संकट होतं. माझं होस्टेल जवळ येत चाललं होतं. आणि हा कोण

कुठला मांगले, माझी पाठ सोडत नव्हता!

"हे पहा, माझं राहण्याचं ठिकाण आता जवळ आलंय." मी निर्वाणीच्या स्वरात म्हणालो.

"तू आता कुठेही जा, माझी सोबत मिळणार नाही!"

"अं?" तो एकदम चकित होत उदगारला, "कुठेही जा, म्हणजे..."

"कुठेही, म्हणजे...कुठेही! मसणात का जाईनास, मला देणंघेणं नाही!"

"काका, असं काय करता!" तो रडवेल्या स्वरात म्हणाला, "अहो, या अंधाऱ्या रात्री मी कुठे जाऊ? मला भीती वाटते की!"

आयला! मान न मान मैं तेरा मेहमान?

पण त्याचंही काही चूक नव्हतं. काळीकुळकुळीत घनदाट अपरात्र. त्यातून सगळ्या गावातलेच दिवे गेलेले.

कुठे जाईल एकटा हा? काय करेल?

रात्र सरतच आलीय. दोन-तीन तासांत चक्क उजडायला लागेल.

राहू देत रूमवर. सकाळी पाहता येईल, काय करायचं ते!

"बरं... हे बघ.... चोरीबिरी करून, पळून जाणार नाहीस ना?"

"छे! अहो, मी कशाला चोरी करू! आधीच मी वेगळ्याच संकटात आहे!"

"हां, माझ्याबरोबर रूमवर चल, काही शिल्लक असेल, तर खा, पी. झोप. पण तुझी सगळी माहिती तुला सांगावी लागेल आणि तीही खरी!"

"माहिती सांगितल्यावर तुम्ही मला हाकलून देणार नाही ना?"

"नाही. पण सकाळी मी तुला पोलिसांच्या ताब्यात देईन. ते तुझे घर शोधून, तुला घरच्या लोकांच्या ताब्यात देतील."

"पोलिस... घर.... माझी माणसं...!"

तो खुदकन हसला, त्याचं ते हसणं मला जरा चमत्कारिक वाटलं.

"काका.... मी तुम्हाला सगळं सांगतो. मग, माझं काय करायचं ते तुम्ही ठरवा, बास?"

आनंद सदाशिव मांगले - या अनोळखी युवकाला माझा रात्रीपुरता पाहुणा म्हणून मान्य करून, त्याच्यासह मी होस्टेलवर परत आलो!

आमचं होस्टेल, हे स्टुडंट्स होस्टेल नाही. ते खास परगावाहून इथे नोकरीसाठी आलेल्यांसाठी आहे. मालकाच्या म्हणण्याप्रमाणे, विद्यार्थी दंगामस्ती करतात. त्यांच्या दारूच्या पार्ट्या चालतात. मारामाऱ्या वगैरे असतात. सामानाचीही मोडतोड होत असते. त्यापेक्षा, बदली आलेला नोकरदार माणूस खूप परवडतो. तो फारसा नसतोच. शिवाय, पोरकटपणे वागणं त्याला परवडत नाही. पुन्हा बदली झाली, की तो होस्टेल सोडून जातो.

माझी स्वतंत्र रूम आहे. चार-दोन दिवसांसाठी पाहुणा आला, तरी कोणी विचारत नाही. मी भाडं रूमचं भरतो; कॉटचं नाही.

आनंद मांगलेला घेऊन मी रूमवर आलो, तेव्हाही दिवे नव्हतेच. होस्टेल अंधारातच झोपी गेलेलं होतं. अशी वेळच गृहीत नसल्याने, माझ्याकडे मेणबत्तीदेखील नव्हती. पण माझ्याकडे बॅगेत मोठा टॉर्च होता. तो लावून मी आनंदला त्याची कॉट दाखवली. त्याला बसायला सांगून, मी टेबलाखालच्या कप्प्यातून एक बिस्किटांचा पुडा, वेफर्स, शेव... असं जे मिळेल, ते एका डिशमध्ये काढून घेतलं.

"हं... हे घे." असं म्हणून मी मागे वळत, त्याच्या दिशेनं आलो.

टॉर्चच्या प्रकाशात, प्रथमच मला त्याचा चेहरा दिसला. तो तेरा-चौदा, पण नाही, दहा-बारा वर्षांच्या मुलाचाच होता. छान, निरागस होता. होता सावळाच, पण त्यात अशक्तपणाने फिकुटल्याची झाक होती. त्याचे डोळे मात्र चमकदार होते, आणि ते प्रकाशझोतावरच रोखलेले होते. या क्षणी त्यांत काळजीची छटा होती.

त्याच्या दिशेनं येताना, मला स्ट्राइक झालं-

तो मला दिसत होता, पण...

काय म्हणता येईल? हं... धूसर... धूसर... पुंजका - पुंजका... पारदर्शीत्व!

टॉर्चचा प्रकाश त्याच्या शरीरातून आरपार गेल्यासारखा मागच्या भिंतीवर पडला होता, आणि त्यात सावली नव्हती.

अं?

दचकल्यामुळे, माझ्या हातातल्या टॉर्चच्या बटणावर दाबलेलं बोट सुटलं. रूम अंधारात बुडून गेली.

मी जिवाच्या धडपडीने पुन्हा प्रकाशझोत मारला.

त्याच्या चेहऱ्यावर आता अपराधी हास्य होतं. कोणत्याही क्षणी, तो चोरी करताना पकडला गेल्यासारखा रडू लागेल, वाटत होतं.

"आनंद..."

"माझी अडचण लक्षात आली का काका?"

"तू...तू..."

"मी भूत आहे! पण तुम्ही घाबरू नका. तुम्हाला त्रास द्यावा, झपाटावं, असा विचारही मी करू शकत नाही." मी अगदीच घाबरलेलो नाही, असं पाहून तो म्हणाला, "तुम्ही चांगले आहात, मला मदत कराल. दुसरा कोणी माणूस असता, तर...!"

खरं सांगायचं, तर मी घाबरलो होतोच. पण हे नक्की, पुलावर भुताच्या कल्पनेनं मला जितकं टोकाचं घाबरायला झालं होतं, तेवढी या भुताला प्रत्यक्ष पाहून, भीती वाटली नव्हती. सहवासाचाही परिणाम असेल तो. पण अवाक् मात्र झालो होतोच होतो.

अरे, अपरात्री रस्त्यात एक लहान मुलगा भेटला. इतक्या अपरात्री... अंधारात हा जाणार कुठे, म्हणून ह्याला रूमवर आणला. तर... चक्क भुतालाच बोट देऊन घरात घेऊन आलो आपण!

"आनंद, तुझ्यापासून मला धोका नाही, हे नक्की ना?"

"नक्की! ही भुताची जबान आहे, काका.... माणसाची नाही! आम्हाला शब्द फिरवताच येत नाही!"

"मग ठीक आहे, आता मला सांग..तुला भूक लागते का? तू हे खाणार का? म्हणजे तुला आवश्यकता आहे, का नाही?"

तो मंदपणे हसला.

"खरं सांगू का, मला या अन्नाची गरज आहे का नाही, मलाच माहीत नाही!"

"म्हणजे?"

"म्हणजे, मी हे खाऊ शकेन हेच काय, दहा खोल्यांतलंही फस्त करू शकेन, पण भूक म्हणून नाही. आतापर्यंत तर भुकेचा प्रश्नच उद्भवला नव्हता. कारण, मला हे शरीरच नव्हतं!"

"हे शरीर तुझं आहे, का कोणा दुसऱ्याचं तू झपाटलंय्स?"

"छे-छे, तसं असतं, तर शरीर अपारदर्शी नसतं का?"

"हां, म्हणजे तुझंच आहे!"

"तसं विचाराल, तर माझं शरीर जाळलं गेलंय! पण जेव्हा केव्हा मी रूप घ्यायचं ठरवीन, मला माझं मनुष्यरूप धारण करता येईल. पण ते असं भरीव नाही."

"मग मागच्या वेळी तुला खावं लागलं होतं का?"

"तीच तर माझी अडचण आहे, काका! अहो, मला मरून जेमतेम दहाच दिवस झाले, अन् अमावस्या आली! अमावस्येला सगळी भुतं संचाराला मोकळी झाली. त्यांत मीही होतो, आमच्यातल्या एका दयाळू अनुभवी भुतानं मला देह कसा धारण करायचा, ते सांगितलं. एवढ्यात त्याला वेताळानं कशासाठी म्हणून बोलावलं. तो गेला. शरीर जाऊन दहाच दिवस झालेले. पृथ्वी... आपली मनुष्ययोनी...आपली माणसं....सगळ्याचा मोह होता, ओढा होता. रूप धारण करण्याची मला इतकी घाई झाली, मी कसलाही विचार न करता, रूप धारण करून मोकळा झालो!"

"आणि आता, तुला भूतयोनीत परत जाता येत नाहीये, म्हणतोस? हो नाऽ!"

तो रडवेल्या आवाजात म्हणाला, "उत्तररात्रीतून सगळी भुतं इथून निघून जातील, मीच एकटा मागे उरेन!"

मी थक्कच झालो.

म्हणजे काय, की गरीब श्रीमंत-खेडुत-शहरी, मुलं- माणसं... सर्वांनाच काही ना काही समस्या असतात, हे मला माहितीय. भुतांच्याही काही समस्या असू शकतील, असा विचार-एक माणूस म्हणून- मी केलाच नाहीये. कोणीच करीत नसेल.

"तुमचा विश्वास बसत नाहीये का?" आनंदनं विचारलं, मग म्हणाला, "अजून मलाही भूतयोनीबद्दल फारशी माहिती नाही. त्यामुळे तुमच्या शंकांना मलाही योग्य उत्तरं देता येतीलच, असं नाही. पण मी ते सांगण्याचा प्रयत्न करीन."

"तू स्वत:च भूत आहेस ना?"

"हो."

"आणि तुलाच भूतयोनीबद्दल माहिती नाही?"

"कशी असेल काका? मला सांगा, तुमचं नाव काय?"

"श्रीकृष्ण करकरे"

"बघा- हे तुमचंच नाव, पण बारशाच्या वेळी तरी तुम्हाला ते माहीत होतं का?"

खरंच की! ह्याचा मुद्दा बरोबर आहे. माणूस काय, किंवा अन्य कोणी प्राणी काय... जन्माला येतो, तेव्हा त्याला कुठे काय येत असतं? आपल्या योनीचं वेगळेपण, तिची वैशिष्ट्यं, यांच्याशी त्याचा कुठे परिचय असतो? माणसांत वावरताना लहान मूल हसणं, रडणं, रागावणं, आनंदणं शिकतं. त्याच्या प्रतिक्रिया व्यक्त करायला शिकतं. बोलणं, चालणं, लिहिणं, वाचणं-विचार व्यक्त करणं... यासाठी तर याला वर्षानुवर्षं झगडावंच लागतं. फक्त ती एक सामाजिक प्रक्रिया असल्याने, आपल्या लक्षात येत नाही. ती स्वयंगतीने घडत राहते, इतकंच. इतर प्राण्यांबाबतीतही नाही का, लांडगा शेळीच्या कळपात लहानाचा मोठा झाला, तर आपण 'लांडगा' आहोत हे त्याला कळणारच नाही!

मग मनुष्य-गाढव-कुत्रा-मासा याप्रमाणेच 'भूत' ही योनी म्हणून आपण मान्य केली, तर त्यांतही सराईत आणि नवखा-शिकाऊ... असे प्रकार असणारच की!

"अच्छा, तुझी अडचण लक्षात आली आनंद, माझ्या!" मी प्रामाणिकपणे मान डोलवत म्हणालो, "पण माझीही अडचण अशी आहे, की अशीच काय, पण कुठलीच समस्या घेऊन कोणी भूत आजपर्यंत माझ्याकडे आलेलं नाही! त्यामुळे लक्षात येतंय ना, मी काय म्हणतोय? त्यामुळे भूत योनीच्या

काही समस्या असतात, हेच मला पहिल्यांदा कळतंय. माझी मदत करण्याची तर इच्छा आहे; पण मी काय करू शकेन, मला माहीत नाहीये! तू सांग; मी प्रयत्न करतो!''

''आभारी आहे काका!'' आनंद म्हणाला, ''प्रत्यक्ष तुम्ही मला कोणतीच मदत करू शकणार नाही, हे मलाही कळतं. अदृश्य होण्याची ती प्रक्रिया माझी मलाच शोधून काढावी लागेल, आणि मला ती जमेलच! शेळ्यांमध्ये राहिलेला कुत्रा बँ बँ करीत नाही; वेळ आली की, तो भुंकतोच! पण ती प्रक्रिया सापडेपर्यंत काका, हे असं पारदर्शी शरीर घेऊन, मी उघड्या जगात वावरू शकत नाही!''

अगदी बरोबर. त्याची अडचण अगदी बरोबर होती.

अहो, साधा विचार करा, वशिंडाच्या जागी पायासारखा लांब आकार असलेल्या गाय-बैलांच्या विकृतीचा पण पैसा मिळवण्यासाठी वापर करून घेणारी जात आपली; एक पारदर्शक मुलगा हाती लागला, तर कोण त्याला सोडेल?

छे -छे! मनुष्यजातीची हाय खाऊन पुन्हा मरेल हा, नि कोणत्या योनीत जाईल, का डबल भूत-भुताचं भूत होईल?

''आनंद...तू म्हणतोस ते पटलं मला.'' मी विचार करीत म्हणालो, ''जोपर्यंत तुला अदृश्य होऊन तुझ्या भूतयोनीत परत जाता येत नाही, तोपर्यंत तुला माणसांपासून लपून राहण्याची आवश्यकता आहे.''

''मी इथे राहू?'' लकाकत्या डोळ्यांनी माझ्याकडे पाहत, त्यानं विचारलं.

''इथे?''

''का? मी तुम्हाला त्रास देणार नाही. मदतच करीन. बाहेरच्या कोणाला तर कळणार पण नाही, मी इथे आहे!''

''खरं सांग, तुला तुझं घर आठवतं ना, कुठाय ते?''

''आठवतं!'' तो मान खाली घालून खिन्नपणे म्हणाला, ''संचाराला निघाल्यावर मी सर्वांत पहिल्यांदा तिथेच गेलो होतो!''

''मग?''

"दहा दिवसांपूर्वी मेलेला, आपण ज्याला चितेवर जाळला... त्याच्या अस्थि विसर्जन केल्या, तो आपलाच मुलगा पुन्हा दिसला, तर सख्खे आई-वडीलही त्याचं ते दर्शन अभद्र मानतात, काका! माझ्या आईची दातखीळ बसली. वडील माझा बंदोबस्त करण्यासाठी मांत्रिकाकडे धावले!"

हं साला, हेही खरंय! अपरिचित मुलाचं भूत, म्हणून आपण या आनंदशी बोलू शकतो. हाच जर आपला सख्खा, धाकटा भाऊ असता...

अंहं, ही कल्पनाच असह्य आहे!

"अं... मीच एखाद्या मांत्रिकाला तुझ्या अडचणीबद्दल माहिती दिली, आणि."

"नको! असं करू नका!"

"का?"

"अहो, कोणता मांत्रिक भुताला ताब्यात घेण्याची ही दुर्मीळ संधी सोडेल? तो मला ताब्यात घेईल. बाटलीत भरून ठेवेल. त्याच्या वाईटसाईट कामांसाठी मला वापरेल! मग तर, माझी सुटका होणेच कठीण!"

आयला! थोडक्यात म्हणजे, 'भूत-दया' म्हणून खरोखरीच या भुताला आश्रय देणं याला पर्यायच नव्हता!

तसं काय, मी त्याला 'जा' म्हणालो असतो, तर तो बिचारा गेला असता. पण भूत असून ही तो असहाय गरीब होता. माणूस म्हणून, मला काही होतं की नाही?

राहील! नाहीतरी, आपण भुतासारखं दिवस-रात्र फिरत असतो; हा आजारी माणसासारखा दिवस-रात्र रूमवर पडून राहील!

त्याचं इथे राहणं अपरिहार्यच आहे, म्हणता मी त्याला अटी घातल्या. काय करायचं, यापेक्षा काय करायचं नाही याची मोठी यादीच घोकायला लावली.

आनंद सदाशिव मांगले नावाचं अपरिपक्व भूत, कोणाच्याही नकळत माझा रुम-पार्टनर झालं!

दुसऱ्याच्या आयुष्यात दखल देण्याची चोंबडी उत्सुकता, एक माणूस

सोडला, तर अन्य कोणा प्राणिमात्रात असेल असं मला वाटत नाही! स्वतःचं आयुष्य सुरक्षित ठेवून जर हे करता येणार असेल, तर माणूस ती संधी सोडत नाहीच नाही!

आनंद मांगले या कोवळ्या युवकाच्या अपरिपक्व भुताला मी माझ्या खोलीत आश्रय दिला, आणि कुतूहलापोटी वगैरे माझं निरीक्षण चर्चा सल्ले देणं हे सगळं सुरू झालं!

ऑलिंपिकच्या खेळाडूनं प्रामाणिकपणे दिवसातले अठरा अठरा तास सराव करावा, तसा आनंद सतत अदृश्य होण्यासाठी प्रयत्नशील असायचा.

माझी, माझी–माझी कामं एकीकडे चालूच होती. ती संपली, की मी त्याच्या प्रयोगांत दखल द्यायचो, तोही बिचारा मनापासून माझं ऐकून पाहायचा.

पाच-सहा दिवस तरी आमचे असे प्रयत्न चालले असतील.

"आनंद, रूप धारण करण्यासाठी तुला काय करावं लागलं?" एकदा मी विचारलं.

"काय म्हणजे? करून दाखवू का?"

"दाखव बरं!"

आनंद आठवून आठवून ते करून दाखवू लागला.

रफली, तो प्रकार असा होता-

पाय जुळवायचे, हात शरीराशी चिपकवून ताठ उभं राहायचं. मग, तोंडाने वाफ किंवा हवा सुटत असल्यासारखा आवाज काढायला लागत, स्वतःभोवती डाव्या अंगाने गिरक्या घ्यायला लागायचं. या गिरक्यांचा वेग वाढत जाईल, तसतसे हात शरीरापासून सुटे करीत, वर उचलायला लागायचे. ते थेट डोक्याच्या वर ताठ जुळेपर्यंत. हा स्वप्रदक्षिणेचा वेग इतका प्रचंड वाढतो, की तरारून फिरणारा भोवरा जसा आरीवर ताठ उभा असल्याचा भास होतो, तसा आनंद दिसत राहतो. नंतर वेगावरचं नियंत्रण पार हाताबाहेर गेल्यासारखा तो आणखी वेगवान होतो. हवेचा एक लोळ भिरभिरत असल्याचा भास होत राहतो.

बास, ही ती रूपधारणेची पद्धत, आणि वर्णन करून सांगायला मला इतका वेळ लागला! पण प्रत्यक्षात घडताना ही सगळी प्रक्रिया अक्षरशः

अशी झूऽपकन पार पडते. मी आनंदला ती अनेकदा करायला लावली. अशासाठी की तुकड्या-तुकड्यानंच मला ती समजू शकली.

"या शास्त्रशुद्ध स्टेप्स् असाव्यात आनंद!" मी खूप निरीक्षणानंतर माझं मत नोंदवलं. "मला विचारशील, तर हेच सगळं तू उलट्या क्रमाने करून बघ. अदृश्य होणं, त्याच पद्धतीने जमू शकेल."

ते अवघड होतं खरं, पण अगदीच अशक्यही नव्हतं. हा आनंद मांगले जन्मत: मठ्ठच होता, का एकूणच भूतयोनीला समज आणि अक्कल कमी असते, त्याचा परिणाम म्हणून त्याला ते जमत नव्हतं.... कळायला मार्ग नाही. तो अदृश्य होऊ शकत नव्हता, हे मात्र खरं!

मी - माझा काही संबंध नसताना, त्याला कितीवेळा करून दाखवलं असेल ते!

बाकी काहीही असो, पण मजा येते बरं का! आपल्याला माहीत नसतं, पण एकदा शरीरानं गिरक्यांची अचूक गती पकडली, की आपल्याला काही करावं लागत नाही. हातांच्या हवा कापण्यावर वेग आपोआप वाढत राहतो. पायसुद्धा जमिनीवर टेकलेले राहत नाहीत.

आठवडाभराच्या प्रयत्नांत मी आनंदच्या समस्येत इतका रंगून गेलो, जणू त्याची नाही, ती माझीच समस्या होती!

पुढचा शनिवार-रविवार मी कुठेही बाहेर न पडता, खोलीत बसून काढला. त्यासाठी आजारी असल्याने पूर्ण दिवस झोपून काढणार असल्याची काउन्टरला थाप मारली. आणि मी जितका प्रयत्न करी, तितका आनंद जास्त जास्त ढेपाळतोय!

असं, हातपाय गाळून कसं जमायचं, काय? प्रयत्नान्ती परमेश्वर!

ऊठ, लेका... ट्राय कर!

दिवस नाही - रात्र नाही.... मी आपला भुतासारखा झपाटून आनंदला मदत करतोय!

तुम्ही विश्वास ठेवा, अगर ठेवू नका...

आनंद मांगलेंच्या नाही, माझ्या प्रयत्नांना यश येऊन, पंधरा दिवसांनी आम्हाला सुटकेचा मार्ग मिळाला!

सांगतोय, तेच सांगतोय.

त्या दिवशी अमावस्या नाही, पण पौर्णिमा होती...

पौर्णिमेची रात्र होती, आणि योगायोगाने मागच्या वेळेसारखेच संपूर्ण शहराचे दिवे रात्री अकरा-साडेअकराला गेले होते! तसे ते गेले. म्हणून चंद्रप्रकाशाची स्वच्छ व्याप्ती कळू शकत होती.

अमावस्येप्रमाणेच पौर्णिमेलाही भूतयोनीत महत्त्वाचं स्थान असतं का, असा प्रश्न माझ्या मनात निर्माण झाला. मी तो आनंदला विचारला, तर ते येंडं फारच अज्ञानी निघालं! मनुष्य म्हणून मरताना त्यानं जेमतेम बारा-चौदा वर्षं या जगात काढलेली असल्याने त्याला यातलंच काय, कोणत्याच प्रकारातलं ज्ञान प्राप्त झालं नव्हतं, आणि भूतयोनीत तर त्यानं पौर्णिमा अनुभवलीच नव्हती!

मलाच सारखं आपलं वाटत होतं, पौर्णिमा आहे; मागल्या वेळेसारखे दिवे गेलेत... काहीतरी घडणार! कोणीतरी आनंदच्या सुटकेसाठी येणार!

मी रूमच्या दारं-खिडक्या कडेकोट बंद करून ठेवल्या होत्या. एक खिडकी मात्र उघडी ठेवली होती. त्यातून होस्टेलच्या कोणाला खोलीत डोकावता येणार नव्हतं. आम्हाला मात्र रात्र दिसू शकत होती.

तसं काय, भुताला बंद दारं-खिडक्या काय, अन् उघड्या काय... यायचं तर ते कुठूनही आत येऊ शकलं असतं, म्हणा. पण... आपलीही तयारी दिसते, 'ये, ये' अशी!

अन् रात्री बरोबर बाराच्या सुमाराला माझ्या खोलीतला चंद्रप्रकाशाचा पट्टा अंधारला गेला. वातावरणात घट्ट गारवा निर्माण झाल्यासारखी खोली जड... थंड भासू लागली. वातावरणातला हा बदल मला अन् आनंदला दोघांनाही एकदमच जाणवला. फरक इतकाच की मला गुदमरल्यासारखं, घाबरल्यासारखं झालं. थंडी हाता—पायांवरून गेली. श्वास घेणं जड जाऊ लागलं. आणि तो मात्र तरारला!

"कोणीतरी येतंय काका" आनंद उत्साहाने म्हणाला, "माझ्या सुटकेसाठी कोणीतरी येतंय! आलंय! मला-मला जाणवतंय!''

मी अनिच्छा झुगारून, मंदपणे हसत होकारार्थी मान डोलावली.

त्याच वेळी माझ्या खोलीच्या खिडकीतून एका आवेगानं वातावरण आत घुसलं. एका खोलीत दहावीस पंखे फुल स्पीडनं लावल्यासारखं भन्नाट वारं खोलीभर भिरभिरलं. माझं सामान अस्ताव्यस्त फेकलं गेलं. मी एका कोपऱ्यात भिरकावला गेलो. वाऱ्याचा सुसाट माझ्या कानांना सहन होईना. मला श्वास घेता येईना.

क्षणाच्या काही भागांकरता, जिवंत वा मृत जगाशी संपर्क तुटणंच ते!

त्यातून मी भानावर आलो, तेव्हा खोली पूर्ववत दिसत होती. खिडकीतून नेहमीचा चंद्रप्रकाश खोलीत डोकावत होता.

खोलीत मात्र आम्हा दोघांऐवजी तिघं होतो!

आनंद माझ्याकडे पाहून प्रसन्न हसत होता. त्याला न्यायला आलेल्या भुताचा चेहरा पूर्ण निर्विकार होता. आणि तो माझ्याचकडे पाहत होता.

मला भीती नाही वाटली.

"माफ करा, श्रीकृष्ण करकरे..." ते नवं भूत खरखरीत आवाजात म्हणालं, "आमच्या एका अननुभवी भुतामुळे तुम्हाला फार त्रास सहन करावा लागला!"

"ते असो, आता तरी घेऊन जा त्याला!"

"हो, हो! काय झालं, हा मिसिंग आहे हे लक्षात यायलाच वेळ लागला. लक्षात आलं, तेव्हा अमावस्येचा प्रभाव संपल्याने आमच्यातल्या कोणालाच काही करणं शक्य नव्हतं!"

"जा लवकर!" मी हादरून म्हणालो, "नाहीतर, पौर्णिमा संपेल, नि दोघंही राहाल, पुन्हा अमावस्या लागेपर्यंत!"

"नाही, नाही... तसं आमच्यातलं कोणी अडकून पडत नाही. हा अगदीच नवा आहे ना! अर्धवट काहीतरी शिकून, आला आपला पळून! अजून त्याच्यात मानवी स्वभावाचा, स्वत:ला शहाणं समजण्याचा अंश टिकून असल्याने हा घोळ झाला!"

त्या भुतानं आनंदला लक्ष द्यायला सांगितलं. मीही पाहू लागलो.

अरे! बरोबर होतं की!

चुकत कुठे होतं मग?

मी प्रचंड एक्साइट होऊन त्या भुताच्या स्टेप्स पाहू लागलो.

रूपाकडून अरूपाकडे जाणं.

त्या भुतानं फटाफट दहा-बारा वेळा तरी तो प्रकार आनंदला करून दाखवला.

आनंद प्रयत्न करायचा, त्याला ते जमलं नाही, की भूत पुन्हा त्याला अदृश्य होऊन दाखवायचं.

''अहो, भूत, त्याला ते जमत नाहीये ना!'' मी शेवटी वैतागून म्हणालो.

''मी कृती करून दाखवतोय, आणखी काय करणार?''

''त्याला जमत नाहीये,तर शिकवा. त्याच्याकडून कृती करवून घ्या!''

''आम्हांला असं शिकवता येत नाही! हां, एका क्लासवाल्याचं भूत असं शिकवायचं खरं! पण, सगळ्यांनाच कसं शिकवायला जमणार!''

''म्हणजे? याला येईपर्यंत तुम्ही फक्त असा लपंडाव खेळून दाखवणार की काय!''

''करणार काय?''

मी जाम हादरलोच.

छे-छे! या आनंदला ते जमायला पाहिजेच! नाहीतर, हे दोघं इथे मुक्काम ठोकून राहतील, नि ह्यांना न्यायला नंतर आणखी दोघं येतील!

काय, भूतमहाल वाटला काय हा?

''हे बघा-तुम्हाला शिकवता येत नाही ना?''

''नाही.''

''ठीक आहे,त्याला ते अगदी साऽवकाश करून दाखवा. आनंद नीट बघ.''

त्या भुतानं सगळी प्रक्रिया जरा वेळ लावून पुन्हा करून दाखवली. पुन्हा... पुन्हा.. हं, येस! आय गॉट इट!

मी म्हटलं ते बरोबर होतं. रूपधारणेच्या एक्झॅक्ट उलटी प्रोसेस होती ती. मी सुरुवातीला आनंदला जे प्रयोग करायला लावले ना, ते खूपच

अचूक होते. त्यात फक्त एक चूक होत होती, ती आता माझ्या लक्षात आली होती.

काय आहे सांगू का? रूपधारणेच्या वेळी ही भुतं हात वरवर नेत थेट डोक्यावर नमस्कारासारखे जोडतात. अरूपाच्या प्रक्रियेत हात नुसते खाली खाली नाही आणायचे हं, पंख्याच्या सैल पात्यांसारखे ते थोडे दोलायमान राहायला हवेत!

लाइक धिस!

"भूत, एक मिनिट!"

मी उत्साहाने उठलो, खोलीच्या मध्यभागी उभा राहिलो.

"करकरे, तुम्ही काय करताय?"

"तुम्हाला शिकवायला जमत नाहीये ना? मग, हे बरोबर आहे का, सांगा!"

मी त्या भुतासारखी पोझ घेतली. त्याच्या एक एक स्टेप आठवत, तसं फिरून दाखवलं.

ते खुळावलंच! त्याच्याइतक्या सराईतपणे नाही, पण एकही स्टेप न चुकता एक मानव अदृश्य होण्याची कृती करून दाखवतो हेच त्याच्या लेखी खूप होतं!

"बघ! हे माणूस असून अचूक करून दाखवतात! नाही तर तू!'

"जमलं का?"

"अगदी!"

"कुठंही चूक नाही?"

"नाही!"

"बसा तुम्ही त्या कोपऱ्यात! मी या आनंदला शिकवतो."

आनंद लगेच शिष्याच्या उत्साहाने पुढे आला.

मी आधी त्याला एखाद्या कसबी इन्स्ट्रक्टरसारखी प्रत्येक हालचाल स्वतंत्रपणे करून दाखवली. ती ती त्याच्याकडून, भुताची पावती मिळेपर्यंत अचूकतेनं करवून घेतली. मग त्याला हालचालींचे क्रम पटवून दिले. ते न चुकता त्याच्याकडून अनेकदा करवून घेतले.

"तू मरून भूत होशील, तेव्हा फार चांगलं शिकवशील!" भुतानं न राहवून मला शुभाशीर्वाद द्यायलाही कमी केलं नाही!

म्हटलं, गप लेका! चांगली मदत करतोय, तर मलाच भूतयोनी देतोय!

आनंदची अगदी पूर्ण तयारी झाली. आता फक्त 'गति' हा एकच क्रायटेरिया!

"चल, दाखव करून!"

आनंदनं सगळी प्रोसेस बिनचूक करून दाखवली.

"शाब्बास! जमलं तुला! आता, वेग घे, हे बघ असा!"

मी खोलीच्या मध्यावर उभं राहून स्वत:भोवती गोल गोल फिरू लागलो. माझे हात त्या वेगानं हलू लागले.

अन् भुतानं न सांगितलेलं एक रहस्य मला त्या प्रक्रियेत आपोआप उलगडलं. हवा, ती अत्यंत वेगाने तुमच्या शरीरात भिनत जाते. तीच आतून वेग देते. पण आतला हा दाब वाढत जाऊन शरीर फाटण्याचा, तडे जाण्याचा धोकाही असतो! म्हणून, ती तोंडावाटे 'झूँऽऽ'अशी सोडत राहायची असते!

अंतर्गत हवेचं शरीराशी होणारं घर्षण... तोंडावाटे प्रचंड दाबाने बाहेर गरगरत पडणाऱ्या हवेचं बाहेरच्या हवेशी अन् बाह्य शरीराशी होणारं घर्षण... शरीर नि वातावरणाचा वेग...

हे सगळं जेव्हा एका विशिष्ट गणितात बसतं, तेव्हा...

नाही, तुम्हाला वाटतं, तसा आनंदच्या ऐवजी मीच अदृश्य झालेलो नाहीये! आनंदला मी व्यवस्थित त्याच्या भूतयोनीत परत पाठवलंय.

पण...प्रॉब्लेम काय आहे, की...

असं आहे, माणसाचं शरीर पंचमहाभूतांतूनच आलेलं आहे, ते या पाचांशीच नातं सांगतं. एकदा तुमच्यापैकी कोणाशी परिचय झाला, विलीन होण्यातली मजा कळली, की...

अवघड आहे! इथे आत, पंचतारांकित हॉटेलात समजा, सेल्स प्रमोशनची पार्टी म्हणा, मीटिंग म्हणा, चालली आहे.

आणि मनावर कितीही ताबा ठेवला, तरी बाहेरचा निसर्ग मला

खुणावू लागला...

मी तरी निसर्गाच्या विरोधात किती वेळ टिकाव धरू शकणार?

आणि...

ऐन पार्टीतून एखादा जिवंत सहकारी... बोलता बोलता.... पाहता पाहता, डोळ्यांदेखत अदृश्य होणं, वा मध्येच पुन्हा त्याचं आगमन होणं...

कोण मानव सहन करू शकेल, हे नाही का?

❑❑❑

ज्याचं त्याचं...

पंचतारांकित हॉटेलमध्ये ॲरेंज करण्यात आलेल्या पार्टीच्या त्या धनाढ्य गर्दीत ती अगदी वेगळी उठून दिसत होती, ती तिच्या साधेपणामुळेच.

अंगभर नेसलेली पाचवारी टेरीवायल आणि स्लीव्हलेस ब्लाउझ असा तिचा वेष होता. साडी अगदी पांढरीशुभ्र होती. कानात निळ्या खड्याच्या रिंगा होत्या. त्या रिंगाही चौदा कॅरेटच्या होत्या. एका हातात घड्याळ बांधून तिनं बांगड्या वाचवल्या होत्या, नि दुसऱ्या हातातलं ब्रेसलेट चांदीचं होतं. गळ्यातल्या मंगळसूत्रातलं पदक सोडलं, तर बाकी सगळे काळे मणीच होते.

थोडक्यात म्हणजे, या पार्टीत ती मुळीच शोभत नव्हती. तिचा एकच प्लस पॉइंट होता, तो मात्र अगदी ठळक होता. तिचं नैसर्गिक सौंदर्य! फेशियल.... ब्लीचिंग... प्लकिंगच्या गर्दीत तिच्या नैसर्गिक सौंदर्यानं चांगलाच उठाव घेतला होता. तिचा चेहरा पौर्णिमेच्या चंद्रासारखा गोल आणि दुधाळ गोरा होता. पिंगट केसांचा एकच सैलसर जाड शेपटा तिच्या नितंबांवर लोलकाप्रमाणे डुलत होता आणि तिच्या स्वच्छ, नितळ डोळ्यांत निरागस हास्याची एक छटा होती.

तिच्या या सौंदर्यामुळेच कुठेही अटकाव न होता तिला पार्टीच्या हॉलपर्यंत सहजपणे प्रवेश मिळाला होता. गेटकीपरला वाटलं होतं, 'साधं दिसण' हेही, हल्ली श्रीमंत फॅड आहे नि त्यानुसार ही कोणी धनिक पत्नीच साधा वेष करून आलेली आहे.

आणि आत आल्यावर खुद्द सौदागरांनीच अत्यंत उत्साहाने रिसीव्ह केल्याने, पार्टीनं तिला मान्य करून टाकलं होतं. त्यांनी दोन-चार ग्रुप्समध्ये तिचा परिचयही करून दिला होता. जातीनं तिची विचारपूस केली होती.

त्यानंतर मात्र ती त्या पार्टीत एकटी पडली होती!

ज्या श्रीमंत बायकांशी तिचा परिचय करून देण्यात आला होता, त्यांना एका समुद्रकिनारी असलेल्या खेड्यात शाळा सांभाळणाऱ्या हेडमास्तरच्या पत्नीत नि तिच्या गप्पांमध्ये स्वारस्य असण्याचं कारण नव्हतं आणि त्यांच्या उखाळ्या पाखाळ्यात तिला गंमत वाटणं शक्य नव्हतं. श्रीमंतीची ऐट मिरवण्यासाठी पार्ट्या अॅटेन्ड करणाऱ्या त्यांच्या गप्पांत ती लक्ष देऊ शकत नव्हती.

हां, एक होतं, तिला कंपनी जरूर मिळाली असती. पार्टीतला प्रत्येक पुरुष तिच्याशी ओळख करून घ्यायला, तिच्याशी बोलायला, तिच्याबरोबर डान्स करायला उत्सुक होता. तिच्या क्षणभराच्या हास्यासाठी कोणीही स्वत:च्या पत्नीचा, मैत्रिणीचा रोष पत्करायलाही हसत तयार झालं असतं. पण तिथल्या एकाही पुरुषात तिला इंटरेस्ट नव्हता. ती फक्त सौदागरांचा मान राखण्याकरता इथे आली होती. जरा वेळ रेंगाळून सरांच्या तब्येतीचं कारण सांगून तिथून कटण्याचा तिचा विचार होता.

त्याच उद्देशानं हॉलमधून सरकत सरकत ती गेटच्या दिशेनं येत होती. तिच्या हातात या क्षणी डाळिंबाच्या रसाचा ग्लास होता नि त्यात अर्धा रस उरलेला होता. त्याचं काय करावं ते तिला कळत नव्हतं. तिला तो जात नव्हता, नि टाकून देणं तिच्या स्वभावात बसत नव्हतं. तिच्या आसपासची माणसं काय काय नुसतं उष्टावून टाकून देत होती. पण आपण रस तसाच ठेवला, तर कोण काय म्हणेल, या कल्पनेनं तिला उगाचच अपराधी वाटत होतं.

शेवटी, मनाचा हिय्या करून तिनं हातातला ग्लास एका फ्लॉवरपॉटच्या आड ठेवून दिला. ते करताना आपल्याला कोणी पाहिलेलं नाही, याबद्दल खात्री पटताच तिचा जीव भांड्यात पडला.

हातातल्या छोट्या रुमालानं कपाळावरचा घाम टिपत ती झपाझप

पावलं टाकत हॉलच्या दरवाजाच्या दिशेनं जाऊ लागली.

आणि नेमकं त्याच वेळी सौदागर गडगडाटी हसत, एका रुबाबदार तरुणाला घेऊन दाखल झाले! तो तरुणही आपले पांढरेशुभ्र दात दाखवत मोठ्याने हसत होता.

सौदागरांचं लक्ष तिच्याकडे जाताच ते त्या तरुणाला घेऊन तिच्याच दिशेने येऊ लागले. चालताना ते तिच्याबद्दलच त्या तरुणाला काहीतरी सांगत असावेत. तो धीटपणे तिचं निरीक्षण करीत होता.

जवळ येताच त्यांनी म्हटलं,

"संमोहिनी... हे देवेंद्र चौहान, वडिलांच्या कारकिर्दीत यांचं संस्थान खालसा झालं, पण हा माणूस स्वतःच्या कर्तृत्वानं आजही तो रुबाब टिकवून आहे!

तिनं मंदपणे हसत हात जोडले.

"आणि देवेंद्रजी... या मिसेस संमोहिनी अधिकारी. आमच्या सौदागर ट्रस्टतर्फे आदिवासींसाठी एक आश्रमशाळा चालविली जाते. मिस्टर अधिकारी ती शाळा चालवतात आणि त्यात या भागात प्रौढ स्त्रियांसाठी कार्य करतात."

आपल्याबद्दलच्या या माहितीत इतरांप्रमाणे या संस्थानिकालाही स्वारस्य राहणार नाही, या कल्पनेने आधी ती उदास झाली होती. पण त्याच्या चर्येवर कौतुकाचे भाव पाहून ती सुखावली. तिला थोडा उत्साह आला.

"तुमचं नाव मी ऐकून आहे. तुमचे फोटोही यापूर्वी वर्तमानपत्रांतून पाहिले आहेत." ती देवेंद्राला उद्देशून म्हणाली, "अर्थात... क्रिकेटियर म्हणून."

"वा! तुम्हाला क्रिकेट आवडतं?"

"आवडतं."

"माझा खेळ पाहिलाय, कधी?"

"खरं सांगायचं तर... नाही! त्यासाठी एक मॅच तुम्हाला आमच्या अदिवासी भागात अॅरेंज करावी लागेल नि उत्पन्नाचा विचार करता, तुम्ही ती करणार नाही!"

तिच्या त्या उत्तरानं ते दोघंही अगदी खुष होऊन गेले.

तेवढ्यात सौदागरांचे लक्ष तिच्या रिकाम्या हाताकडे गेलं. ते चकित होत म्हणाले.

“अरे! हे काय, तुम्ही काहीच घेतलं नाही?”

“नाही, मी..”

त्यांनी खूण करताच पेयांची भलीमोठी ट्रॉली घेऊन वेटर त्यांच्या दिशेनं पुढे आला. सौदागरांनी स्कॉचचा ग्लास देवेंद्रच्या हातात दिला. डाळिंबाच्या रसाने भरलेला ग्लास संमोहिनीच्या हातात देत ते उत्साहाने म्हणाले,

“तुला साधी बियरदेखील चालणार नाही, पण डाळिंबाचा रस ही या हॉटेलची स्पेशॅलिटी आहे. यू मे स्टार्ट वुइथ धिस!”

संमोहिनीनं हातातल्या ग्लासकडे पाहत एक सुस्कारा सोडला...

देवेंद्र चौहानला निरनिराळ्या ग्रुप्सनी सतत घेरून ठेवलं होतं. त्यात उद्योगपती, व्यापारी होते... क्रिकेटशौकीन होते... आणि सुंदर सुंदर स्त्रियाही होत्या.

संमोहिनी पुन्हा एकटी पडली होती. काढता पाय घेण्यासाठी ती संधीच्या शोधात होती. पण तिच्या दुर्दैवानं, सौदागर दरवाजाच्या आसपासच केव्हाचे रेंगाळत होते. कोणी कोणी त्यांना तिथेच गाठत होते.

ती जाम बोअर झाली होती. इतर स्त्रियांसारखं देवेंद्रबद्दल लसलसतं आकर्षण नक्कीच वाटत नव्हतं. पण कंपनीला चांगला होता तो. दुसऱ्याचं ऐकून घेण्याचा नि स्वत:बद्दल कमी बोलण्याचा दुर्मीळ गुण, जो श्रीमंतांपाशी तर अभावानेच असतो, त्याच्यापाशी होता. खरं-खोटं देव जाणे, पण तिच्या आदिवासी कार्यात खूप स्वारस्य असल्यासारखं तरी तो दाखवत होता. त्या संदर्भात निरनिराळे प्रश्न विचारून तिला बोलतं ठेवत होता.

कोणीतरी ‘एक्सक्यूज मीऽ’ म्हणून त्याला तिच्यापासून दूर नेईपर्यंत हे चाललं होतं आणि नंतर ती एकटी पडली होती.

त्या पंधरा-वीस मिनिटांत त्यानं स्वत:बद्दल फारच कमी माहिती सांगितली होती. तिच्याबद्दल मात्र भरपूर विचारून घेतली होती आणि संमोहिनीला आता नवल वाटत होते की, आपण त्या परक्या माणसाशी

इतक्या मनमोकळेपणानंच बोललोच कशा?

तिला समाजाच्या निरनिराळ्या स्तरांवर वावरायची सवय होती. पण ते सगळं संस्थेच्या वतीनं, संस्थेच्या मदतीकरता असायचं. वैयक्तिक पातळीवर आजपर्यंत ती कोणाशीच इतक्या मोकळेपणी बोललेली नव्हती.

आणि अवघ्या वीस मिनिटांत तिच्याबद्दलची भरपूर खाजगी माहिती हस्तगत करून देवेंद्र चौहान नामानिराळा झाला होता. तिला विसरून एव्हाना तो त्याच्या कळपात सामील झाला होता. पुन्हा तिच्याकडे तो वळण्याची तिला सुतराम् शक्यता वाटत नव्हती.

पण तिचा तो गैरसमज होता. देवेंद्रला संमोहिनीची आठवण होती. सतत होती. तिच्या साध्या वेशभूषेनं त्याला आधी आकर्षून घेतलं होतं. मग, तिच्याशी जवळून बोलताना त्याला तिच्या नैसर्गिक सौंदर्याचा साक्षात्कार होऊन तो मोहित झाला होता, आणि तिच्याशी गप्पा मारताना त्याला तिचं वेगळेपण प्रकर्षाने जाणवलं होतं. सुप्रसिद्ध क्रिकेटियर, श्रीमंत संस्थानिकपुत्र देवेंद्र चौहान तो हाच, हे समजल्यावरही ती त्या माहितीनं मुळीच प्रभावित झाली नव्हती. तिच्या वागण्या-बोलण्यात कुठे कृत्रिम पोझ आलेली नव्हती.

देवेंद्रला हा अनुभव अत्यंत नवीन होता. 'देवेंद्र चौहान' या नावाला न भुलणारी तरुणी देशातच काय, परदेशातही त्याच्या पाहण्यात नव्हती! एम. बी. ए. साठी तो अमेरिकेत असताना संस्थानिकपुत्र म्हणून कित्येक तरुणी त्याला शरण आल्या होत्या. त्याच्या नजरेच्या एका इशाऱ्यासरशी निमूटपणे त्याच्या बेडवर जाऊन झोपल्या होत्या. क्रिकेटियर म्हणून त्याची कारकीर्द काउंटीपासून सुरू झाली, तेव्हा तर या संख्येत किलोच्या लिस्टनं भर पडली होती. भारतातही स्वीमिंग पूल्स, हॉटेल्स, रेसकोर्स... अशा श्रीमंत गर्दीच्या ठिकाणीही त्याला याहून वेगळा अनुभव आला नव्हता.

सौदागरांच्या पार्टीतही तो आला होता तो या उद्देशानंच, की टाइमपासही होईल नि दोन-चार चांगली पाखरं जाळ्यात आली, तर काही दिवस मौज-मजेत जातील!

गंमत म्हणजे अशी दहा-वीस पाखरं त्याच्या जाळ्यात येण्यासाठी मनसोक्त तडफडत होती. त्यांत तरुणी होत्या, विवाहित होत्या, विधवा

होत्या... अन् संमोहिनीला पाहिल्यापासून त्याला या हुकमी विजय मिळवून देणाऱ्या गेममध्ये काडीमात्रही मजा वाटेनाशी झाली होती. संमोहिनीचं लक्ष नसलं, तरी त्याचं लक्ष सतत तिच्याकडे होतं. इतरांच्या लक्षात येऊन त्यांचा रसभंग होण्याइतकं ते जाहीरपणे होतं! ती एकटी पडलेली आहे... कंटाळून गेलेली आहे...निघून जाण्याच्या विचारात आहे...सगळं त्याच्या लक्षात येत होतं नि तो कळवळत होता.

सौदागर दरवाजापासून दूर गेलेले देवेंद्रानं पाहिलं आणि झटकन त्याची नजर संमोहिनीकडे गेली. त्याच्या अपेक्षेप्रमाणेच, ती हळूहळू दरवाजाच्या दिशेनं सरकत होती. मग मात्र त्याला राहवेना, 'एक्सक्यूज मी' म्हणून एका स्त्रियांच्या घोळक्यातून सुटका करवून घेत तो तिच्या दिशेनं आला.

"संमोहिनी!"

मागनं आलेल्या त्या अनपेक्षित हाकेनं संमोहिनी दचकली. तिनं मान वळवून मागे पाहिलं. देवेंद्राला पाहताच ती प्रसन्न स्वच्छ हसली.

"ओह...! तुम्ही!" ती उद्गारली.

देवेंद्र काही बोलणार एवढ्यात सौदागर कुठूनतरी तिथे उगवले. त्या दोघांना पाहून ते घाईघाईत म्हणाले,

"अरे वा! संमोहिनी, या देवेंद्रांना तू चांगलंच मोहित केलेलं दिसतंय! असो असो, हरकत नाही. आपल्या ट्रस्टला सढळ हाताने देणगी देणाऱ्यांची आवश्यकता आहेच! आणि हे काय! तुझ्या हातात काहीच नाही? तुला बीअरदेखील चालणार नाही, पण डाळिंबाचा रस.."

"ओऽऽनोऽऽ" म्हणून संमोहिनीनं कपाळावर हात मारून घेतला.

देवेंद्र खदखदून हसायला लागला.

संमोहिनी आणि सुरेंद्र हे पती-पत्नी होते, नि दोघांना एकत्र पाहणाऱ्याला हमखास प्रश्न पडत असे, असं कसं?

सुरेंद्र संमोहिनीपेक्षा सात-आठच वर्षांनी मोठा असेल, पण तो तिच्या वडिलांसारखा वाटायचा. तो सतत आजारी असायचा, नि आजारी नसेल तेव्हा शाळेच्या विकासकार्यात मग्न असायचा. त्याच्याजवळ कोणतेही कलागुण नव्हते. संमोहिनीसारख्या मोहिनीशीदेखील काव्यमय भाषेत बोलणं

त्याला जमत नसे.

असं असून, संमोहिनीनं या माणसात असं काय पाहिलं, ज्यासाठी तिनं त्याच्याशी थेट विवाहबद्ध व्हावं?

पण हा प्रश्न खुद्द सुरेंद्र वा संमोहिनीला पडला नव्हता. दोघं एकमेकांना ओळखून होते. त्यांच्यातलं अंडरस्टँडिग अचूक होतं. मुळात दोघं एकत्र आले होते ते आदिवासींसाठी कार्य करण्याच्या निमित्तानेच. सुरेंद्रचं त्या भागातलं कार्य तेव्हाही अफाट होतं. नंतर आजारपणामुळे त्याला पूर्वीसारखं फिरता येईना, तसा तो सौदागरांच्या ट्रस्टमध्ये दाखल झाला होता आणि समुद्रकिनारी शांतपणे शाळा चालवत राहिला होता.

त्याच्या धडाडीच्या काळात संमोहिनी त्याच्या खांद्याला खांदा लावून कार्य करीत होती नि आताही ती त्याच्या जोडीनं होतीच. नवऱ्याबद्दल तिच्या मनात आदर होता. त्याचं करताना त्याच्याबद्दल आपोआपच प्रेम, जिव्हाळा या भावनांची वीणही घट्ट झाली होती. त्यात त्याचं 'सौंदर्य' वा 'आजारपण' कुठे आड आलं नव्हतं.

ज्या माणसांचा या दोघांशी वारंवार संबंध आला होता, त्यांना दोघांमधलं नातं अचूक माहीत होतं. त्यांचा कोणताही गैरसमज नव्हता. नवीन माणसाचा मात्र तो हमखास व्हायचा. सुरेंद्रच्या तुलनेत आपण खूपच देखणे नि सशक्त आहोत; तर आपल्याला नक्की संधी मिळायला हरकत नाही! अशा भ्रामक समजुतीनं अनेक महाभागांनी खडे टाकून पाहायलाही कमी केलं नव्हतं.

अर्थात हे सुरेंद्रलाही समजायचं. संमोहिनी त्याला सगळे रिपोर्ट्स द्यायची.

म्हणूनच, सुरेंद्रचा संमोहिनीवर गाढ विश्वास होता. प्रकृतीअस्वास्थ्यामुळे त्याला कुठे जाणं जमत नसलं, तरी तो तिला कुठेही पाठवायचा. कामानिमित्त कधी कधी तिला परगावी मुक्काम करावा लागणार असला, तरी त्याची हरकत नसायची.

या महिन्यात संमोहिनीला दोन-तीन कामासाठी मुंबईला जायचं होतं. शाळेची खरेदी होती. संस्थेची काही कामं होती. त्यासाठी सौदागरांनाही

भेटावं लागणार होतं. मुंबईत तीन-चार दिवस मुक्काम पडणार होता. सुरेंद्रशी चर्चा करून ती, केव्हा जावं हे ठरवणार होती. तर त्याच वेळी त्यांना सौदागरांचं आग्रहाचं निमंत्रण आलं होतं. त्यांचा अमेरिकेत शिकणारा मोठा मुलगा मेडिकलला एम. बी. बी. एस. च्या परीक्षेत पहिला आला. त्यानिमित्त त्यांनी जंगी पार्टी अ‍ॅरेंज केली होती.

अर्थातच, संमोहिनीनं त्याच तारखेला जोडून आपली कामं काढली. त्याप्रमाणे मुंबईत फोन केले. संस्थेच्या कार्यालयात कार्यकर्त्यांची उतरायची सोय होती. त्यांनाही आधी कळवून टाकलं. ती एकटी मुंबईला आली.

तिला वाटलं होतं, तशी कामं काही गेल्या गेल्या उरकली नाहीत. मुक्काम थोडा वाढवावा लागला.

तिनं सुरेंद्रला तसं कळवून टाकलं. मग ती निर्धास्त झाली.

संमोहिनीला आपल्या दोन्ही कृतींचं आश्चर्य वाटलं.

देवेंद्र चौहानचा तिच्यासाठी कार्यालयात फोन येऊन गेला, तेव्हा ती नव्हती. त्यानं आल्या आल्या तिला 'सी रॉक' ला फोन लावून त्याच्याशी संपर्क साधायला सांगितलं होतं.

तिनं तो त्याप्रमाणे साधला. हे एक आश्चर्य! आणि फोनवर त्यानं तिला नाइट डिनरसाठी 'सी-रॉक' ला बोलावलं. त्याला तिनं मुळीच आढेवेढे न घेता होकार दिला, हे दुसरं आश्चर्य!

या प्रकाराबद्दल तिचं तिलाच नवल वाटलं. पण नकार देण्याचा अधिकार गमावल्यानंतर आणि मग सुरुवातीला तिची तीच आपल्या होकाराचं समर्थन करू लागली, की देवेंद्र चौहान म्हणजे कोणी आलतूफालतू माणूस नाही... उडवून मोकळं व्हायला! तो हुशार आहे. समाजात त्याला मान आहे. तो इंडस्ट्रिअ‍ॅलिस्ट आहे, नि प्रसिद्ध खेळाडूही. शिवाय, भारतातल्या मोजक्या गर्भश्रीमंतांमध्ये देवेंद्रची गणना होते. मनात आलं तर संस्थेसाठी तो पाच लाखसुद्धा एकरकमी देऊ शकेल! म्हणून, म्हणूनच आपण त्याचं आमंत्रण स्वीकारलं. संस्थेसाठी, संस्थेच्या वतीनं, संस्थेच्या भल्याकरता.

नाहीतर...

पण एक खरं होतं. संमोहिनीनं आजपर्यंत अशी शेकडो आमंत्रणं लाथाडली होती. आमंत्रकांना न दुखावता तिनं ती टाळली होती. त्यांच्याकडून देणग्या मात्र हसतमुखाने काढून घेतल्या होत्या.

देवेंद्रच्या बाबतीही आपण असं धोरण का स्वीकारलं नाही?

या प्रश्नापाशी मात्र ती अडली. उत्तराचा शोध घेण्यासाठी तिला थोडं अंतर्मुख व्हावं लागलं आणि उत्तर मिळालं ते असं-

देवेंद्र चौहान हा तरुण आपल्याला आवडला आहे. अॅट पार आवडला आहे. त्याचं दिसणं-बोलणं.. त्याच्या एकूण व्यक्तिमत्त्वानेच आपल्याला भुरळ घातली आहे. त्याच्या सहवासात आपण मोकळे होतो, खुलतो. आणि संस्थेचं कारण आहेच, पण आपण हे आमंत्रण स्वत:साठी स्वीकारलं आहे!

संमोहिनीला या शोधाचंच जरा नवल वाटलं. पण धक्का वगैरे बसला नाही. ती उत्तम कार्यकर्ती असली तरी कोणी 'नन्' वगैरे नव्हती. मुख्य म्हणजे, डोळस होती. स्वत:कडे, भोवतालच्या परिस्थितीकडे नि समाजाकडे पाहण्याचा तिच्याजवळ एक व्यापक दृष्टिकोन होता. त्यानुसार आतापर्यंत कोणाबद्दल वाटलं नव्हतं हे ठीक आहे. पण कोणा तरुणाबद्दल; त्याच्या सहवासाबद्दल असं आकर्षण वाटलं.... चार घटका मनाला विरंगुळा लाभत असला, तर त्यात अनैतिक, अस्वाभाविक असं काही नव्हतं. सुरेंद्रमुळे तिची जी कुचंबणा झाली होती, ती मानसिक स्तरावर मान्य करूनही, मनाने वा शरीराने इतपत उचल खाणं ही विकृती नक्कीच नव्हती. असं व्हावं की नाही, हा मुद्दा अलाहिदा; पण झालं तर त्यानं लाज वाटण्यासारखं-खंत बाळगण्यासारखं काहीही नव्हतं.

खुद्द सुरेंद्रचंही हेच मत होतं. संमोहिनी गावी गेली, की अगदी मैत्रिणीला सांगून टाकावं, त्या सहजतेने सुरेंद्रला हे सांगून टाकणार होती. कोणताही गैरसमज न होता या प्रकरणावर पडदा पडणार होता!

या अँगलनं विचार करताच संमोहिनीच्या मनातली वादळं शमली. देवेंद्रच्या सहवासात नाइट डीनर घेण्याच्या कल्पनेनं तिचं मन उत्साहाने सळसळू लागलं...

सौदागरांच्या पार्टीहून आल्यापासून देवेंद्र चौहान बैचेन होता. या

बैचेनीची जात जरा वेगळी होती. यापूर्वी त्यानं ती अनुभवली नव्हती. पहिल्या दृष्टिक्षेपात प्रेम वगैरे कल्पना, मुळात प्रेम हीच कल्पना, त्याच्या मते थट्टेचा विषय होती. आपल्या बाबतीत ती कधी प्रत्यक्षात उतरेल, हे कालपर्यंत त्याला खरंही वाटलं नसतं. पण आज ते खरं होतं! त्याला संमोहिनी आवडली होती. त्याचं तिच्यावर सरळसरळ प्रेमच बसलं होतं. नि ते तात्पुरतं शारीरिक आकर्षण नव्हतं, हे सर्वांत वाईट होतं!

कसं होणार?

सौ. संमोहिनी अधिकारी! म्हणजे, कसाही असला तरी तिला नवरा आहे. यांच्या लग्नाला पाच-सात वर्षं झाली आहेत. त्यांच्यात सततच्या सहवासाने काही ऋणानुबंध निर्माण झाले असणारच. चेहऱ्यावरून किंवा वागण्याबोलण्यातून तरी संमोहिनी वैवाहिक जीवनाबद्दल उदास, निराश वाटत नव्हती. सुरेंद्र अधिकारी या माणसाबद्दल बोलतानासुद्धा, ती प्रेमाने, आदराने बोलते.

कसं होणार?

पण देवेंद्रला हार मानण्याची सवय नव्हती. या नाही अन् कोणत्याच बाबतीत नाही. हवं ते जंग जंग पछाडून मिळवण्यात तो तरबेज होता आणि मुख्य म्हणजे... आशेला जागा होती! आपण संमोहिनीला आवडलो, हे काल फार वेळा प्रकर्षानं त्याच्या लक्षात आलं होतं. संपूर्ण पार्टीत ती फक्त त्याच्याशीच बोलली होती. तिनं फक्त त्याच्या जोडीनंच डान्स केला होता. तिची भावदर्शी नजर फक्त त्याच्या नजरेतच गुंतून पडली होती, नि त्या गुंतण्यात अधिक काही अभिप्रेत होतं. त्याची श्रीमंती, क्रिकेटीयर म्हणून असलेली त्याची प्रसिद्धी... या संदर्भापलीकडलं काहीतरी तिला अपील झालं होतं आणि म्हणूनच देवेंद्र फार झटकन तिच्याकडे ओढला गेला होता. ती त्याची होणं... कायमची त्याची होणं, ही देवेंद्रची तातडीची गरज होऊन बसली होती.

संमोहिनी- संमोहिनी आणि... संमोहिनी!

या झपाटलेपणातच त्यानं तिच्या कार्यालयात फोन केला होता. पण तेव्हा ती नव्हती. तिच्यासाठी फोन करण्याचा निरोप ठेवून तो उदास झाला

होता. आपण फोन केल्याचा मध्येच त्याला पश्चात्तापही होऊन गेला होता. कारण अशा खेळात पुढाकार घेण्याची त्याला आजपर्यंत कधी गरजच भासली नव्हती.

पण संमोहिनीनं फोन केला, नि त्याच्या आशा पुन्हा पालवल्या. तो खुष झाला. धीटपणे त्यानं तिला नाइट डिनरचं आमंत्रण दिलं. ती नाही म्हणेल, त्यासाठी काहीतरी कारण पुढे करेल... निदान आढेवेढे तरी घेईल... या सगळ्याची त्याच्या मनानं तयारी ठेवली होती आणि तिनं चक्क त्याच्या आमंत्रणाचा स्वीकार केला होता! काय करू अन काय नको, असं त्याला होऊन गेलं होतं.

अन्...

ती आली! ठरल्यावेळी आली.

आज तिनं चक्क वेषांतर केलं होतं. म्हणजे वेष होता साधाच, पण अगदी परवासारखी जोगन नव्हती. मोरपंखी रंगाची साडी अन् सगळं मॅचिंग होतं. अगदी टिकलीच्या स्टिकरसह.

तो पाहतच राहिला. स्वागत करायलाही सुचेना.

ती हसली. त्याची अवस्था लक्षात घेऊन तिनंच बोलायला सुरुवात केली.

तो हळूहळू सावरला. मोकळा झाला.

तीन तास तिच्या सहवासात कसे गेले याचा पत्ताही लागला नाही.

मग तीच म्हणाली-‘‘आपण जरा भटकूया का?’’

दोघं ‘सी-रॉक’ मधून बाहेर आले.

रात्रीची साडेदहा-अकराची वेळ एकान्त...

समोर गर्जना करीत उसळणारा सागर. त्याच ताकदीनं त्याच्या उसळ्या पेलणारा खडक. पार्श्वभूमीला ‘सी - रॉक’चं लाइटिंग नि संगीत.

तिच्याबरोबर चालताना तो अंतर्मुख झाला. त्याला डिस्टर्ब न करता तीही त्या रोमॅन्टिक वातावरणाचा मूक आनंद फील करीत चालत राहिली.

एका खडकावर चढताना त्यानं तिचा हात हातात घेतला.

तिनं तो सोडवून घेण्याचा साधा प्रयत्नही केला नाही.

दोघं एका खडकावर नि:शब्द बसून राहिले. बसतानाही तिनं संकोच राखला नव्हता. ती लुब्ध प्रेयसीसारखी त्याला खेटून बसली होती. तिच्या मांसल दंडाचा उबदार स्पर्श त्याला सतत जाणवत होता. प्रोत्सहित करीत होता.

"मोना - "

त्यानं शेवटी कळवळून साद घातली.

ती त्याच्याकडे टप्पोरं पाहत हसली.

"किती छान!"

"काय गं?"

"संमोहिनीचा शॉर्टफॉर्म आवडला मला."

"मोना... मला तुझ्याशी खूप बोलायचं आहे! पण.."

"सगळा आसमंतच इतका बोलका असताना आपण काही बोलायची आवश्यकता असते का, देवेंद्र?"

त्यानं तिच्या पाठीवरून पलीकडे हात टाकत तिचा दंड धरला. ती किंचित त्याच्याकडे ओढली गेली.

तो बोलका वगैरे आसंमत गर्रकन त्याच्या डोळ्यांभोवती गरगरला. स्कॉचचे सात-आठ पेग घेतल्यासारखे डोळे तारवटले.

"मोनाऽ"

घोगऱ्या आवाजात साद घालत त्यानं तिला आणखी जवळ ओढलं. तिची हनुवटी आपल्या दिशेनं वळवली. क्षणार्ध तिच्या नजरेत त्याची नजर मिसळली. दुसऱ्या क्षणार्धात त्याचे ओठ तिच्या ओठांत भिडले.

समाधीचे ते काही सेकंद!

नंतर ती भानावर आली. त्याच्या ओठांतून आपले ओठ सोडवून घेत प्रसन्न हसली.

"आय लव्ह यू मोना!"

"आय टू!"

त्याच्या छातीत एकदम धडधडायला लागलं.

हा सगळा अनुभवच त्याला एकदम कोरा वाटला. त्याची शेकडो

अफेअर्स जणू या एका अनुभवानं मॉन्टेसरीची ठरवून टाकली.

धिस वॉज द रिअल थिंग!

''तू, तू माझ्याशी लग्न करशील का मोना?''

तिनं शोधक नजरेनं त्याच्याकडे पाहिलं. म्हणाली,

''प्रत्येक प्रेमाचा शेवट हा लग्नातच व्हायला हवा का? मला नाही वाटत!''

''म्हणजे?''

''मला सांग... देव... आपलं लग्न झालं नाही, तर या क्षणाला काही अर्थच उरत नाही का? असा सुंदर क्षण जपून ठेवण्यातच खरी मजा असते! हे क्षण आपले आहेत. तुझे न् माझे. मी हे सगळं उद्या सुरेंद्रला सांगितलं, तरी त्याला यात सहभागी होता येणार नाही. किंबहुना, या क्षणांमध्ये त्याला स्थानच नाही!''

''तू काय बोलते आहेत, ते मला कळत नाही मोना!'' तो अस्वस्थ होत त्रासिक आवाजात म्हणाला, ''मला फक्त इतकंच कळतं, माझं तुझ्यावर प्राणापलीकडे प्रेम जडलं आहे आणि मला तू हवी आहेस. कायमची. त्यासाठी मी कोणतंही मोल द्यायला तयार आहे!''

ती विचारमग्न चेहऱ्यानं त्याच्याकडे बघत बसून राहिली. मग तिनं विचारलं,

''अशा दुर्मीळ क्षणांचं तुला मूल्य करता येतं?''

''नाही. पण ते कधीही हातचे जाऊ नयेत यासाठी काहीतरी त्याग करावा लागतो. त्याची किंमत मला नक्की ठरवता येते!''

''असं? या क्षणाचं काय मूल्य ठरवलंस तू?''

त्यानं झटका आल्यासारखे तिचे दोन्ही दंड पकडले.

''मोना, मला वाद घालता येत नाही. तू त्यात मला सहज निरुत्तर करू शकशील. त्यापूर्वी मी तुला स्पष्टपणे विचारतो. तू माझ्याशी लग्न करशील का?''

''नाही!'' ती सेकंदभरही विचार न करता उद्गारली.

''का?''

“माझं लग्न झालेलं आहे, आणि...”

“सुरेंद्रला तू घटस्फोट दे! त्यासाठी मी त्याला कितीही पैसे देईन. तुझ्या कोणत्याही अटी मान्य करीन.”

तो हे अजीजीनं बोलत असताना, ती स्टन झाल्यासारखी त्याच्याकडे नुसतं पाहत होती. मग तिच्या डोळ्यांत कौतुकाचे उदास भाव तरळले. मंद हसत तिनं त्याला विचारलं-

“सुरेंद्रऐवजी देवेंद्र, नाही का? एक मादी म्हणून.”

“नाही मोना!” देवेंद्र आपल्या वयाला, सामाजिक स्थानाला न शोभणाऱ्या अधीरतेनं म्हणाला, “प्रामाणिकपणे सांगायचं तर ‘मादी’ म्हणून मला तुझा विचारच करता आलेला नाही! यापूर्वीचा माझा या बाबतीतला जो अनुभव आहे, याहून हे फार वेगळं काहीतरी आहे. पत्नी म्हणून कोणा स्त्रीचा स्वीकार करावा, असं यापूर्वी मला कधीच वाटलेलं नाही. पहिल्यांदाच वाटलं ते तुझ्याबद्दल नि तू विवाहित आहेस, हे माझं दुर्दैव! पण माझाही नाइलाज आहे!”

“नाही...” ती अत्यंत विचारपूर्वक म्हणाली, “मी हे करू शकत नाही. इंद्र! तसं करता आलं असतं, तर मीही स्वत:ला भाग्यवान समजले असते. कारण, मलाही माझ्या विवाहोत्तर आयुष्यात मोहात पाडू शकलेला तू एकमेव तरुण आहेस. पण नाही, मला हे करता येणार नाही.”

“पण का? सुरेंद्रजवळ असं काय आहे, जे माझ्यापाशी नाही?”

“असहायता! देवेंद्र... तो सतत आजारी असतो आणि या आजारपणानेच त्याला माझ्यावर अवलंबून राहायला भाग पाडलं आहे. दिवस-रात्रीचा प्रत्येक क्षण अन् क्षण तो केवळ माझ्यामुळे व्यतीत करू शकतो. पत्नीपेक्षा मी त्याची आईच जास्त आहे. त्याच्या जीवनातलं माझं असणं हाच त्याचा एकमेव आधार आहे. तोच उरला नाही तर सुरेंद्र मरून जाईल. त्याचा तो जगू शकेल अशी मला एक टक्का खात्री असती, तरी मी तुला होकार दिला असता! नाही देवेंद्र, तुला माझी गरज आहे, त्यापेक्षा शेकडो पटीनं ती सुरेंद्रला आहे! मी तुझ्याशी लग्न करू शकत नाही!”

देवेंद्रला असे नकार ऐकण्याची सवय नव्हती. पण संमोहिनीच्या

नकार देण्यातही अशी जादू होती की, त्यामागची तिची मजबुरी, प्रामाणिकपणा ... सगळंच मनाला भिडून जावं.

आणि तिनं नकार दिला होता, हे महत्त्वाचं. त्यामागची कारणं विचारात घ्यायचीच कशाला?

देवेंद्र चौहानला ते किरकोळ, अल्प कालावधीचं प्रकरण एकूण फारच त्रासदायक ठरलं. झक् मारली अन् सौदागरांकडची पार्टी अटेन्ड केली असं झालं.

हो ना! संमोहिनीचा परिचय झाला नव्हता तोपर्यंत तो अत्यंत आरामात, सुखात आपलं जीवन जगत होता. पार्ट्या झोडणं, पोरी गटवणं, खेळणं.... असं मस्त आयुष्य होतं. संमोहिनीची ओळख झाली-विशेषत: सी रॉकला ती आली आणि देवेंद्रचं आयुष्यच बदलून गेलं. तिच्याविना सारं काही अळणी, बेचव होऊन गेलं.

तो सुरेंद्र!

साला, कुठला कोण तो रोगट मास्तर—तो आपल्या एकमेव सुखाआड आला. तो नसता तर संमोहिनीनं आनंदाने आपल्याशी लग्न केलं असतं!

तो 'नसता' तर!

तो तर 'आहे'!

'नाही' झाला...तर?

संमोहिनी काय म्हणाली होती?

सुरेंद्रला माझी गरजच आहे. त्याला ती नाही असं मला एक टक्का जरी पटलं असतं, तरी मी...

म्हणजे सुरेंद्र आणि संमोहिनी दोघं जिवंत आहेत, तोपर्यंत संमोहिनी आपली होऊ शकत नाही. ती त्याचीच राहणार!

सुरेंद्र मेला तर?

सुरुवातीला, अगदी सहज म्हणून, हा टोकाचा विचार देवेंद्रच्या मनात डोकावला. त्यात नैराश्यातून येणाऱ्या वैतागापलीकडे काहीही नव्हतं. पण इतर विचारांप्रमाणे तो डोक्यातून नाहीसा झाला नाही. रेंगाळत राहिला.

त्यानं तो धुडकावून लावायचा खूप प्रयत्न केला. कारण, तो काही कोणी गुन्हेगार नव्हता. पण सुरेंद्र नसण्यातून संमोहिनी प्राप्त होण्याची कल्पनाच अतिशय आकर्षक होती. सतत देवेंद्रच्या डोक्यात तेच विचार पुन्हा पुन्हा येत राहिले.

शेवटी त्या कल्पनेवर देवेंद्रनं शांतपणे विचार करायला सुरुवात केली.

खरंच.... तो रोगट सुरेंद्र अधिकारी मेला... काय होईल?

वाईट काहीच नाही!

रोगट शरीरापासून त्याची सुटका होईल.

संमोहिनी त्याच्या बंधनातून मुक्त होईल.

आपलं आयुष्य मार्गी लागेल!

मग सुरेंद्र का मरणार नाही?

आपण स्वत: कुठेही न अडकता, संमोहिनीला संशय येऊ न देता, सुरेंद्र अधिकारी हा वृद्ध तरुण मरू शकतो का?

शकतो! थोडा हात सैल सोडला-योग्य माणसाची निवड केली, तर आपण ते कार्य सहज पार पाडू शकतो.

याचाच दुसरा अर्थ असा संमोहिनी कायमसाठी आपली होऊ शकते! हे फार महत्त्वाचं. सुरेंद्र मरेल... जरूर मरेल!

कोणाला, खुद्द सुरेंद्र नि संमोहिनीलाही माझा संशय येणार नाही, अशा पद्धतीनं सुरेंद्र मरेल!

संमोहिनी... माय स्वीट हार्ट... आणखी फक्त काही दिवस...!

"सय्यद पानसरे?"

"हां साब... आप..."

"फर्गेट इट! मी कोण याच्याशी तुला काही देणंघेणं नाही. ते शोधून काढायचा तू प्रयत्नही करू नयेस, हे तुझ्या दृष्टीनं चांगलं!"

"आलं लक्षात! फोन तुम्ही केला होता?"

"हां.'

"बोला साहेब, काम बोला."

हे चक्क गर्दीने गजबजलेलं हॉटेल होतं आणि हे हॉटेल म्हणजे सय्यद पानसरेचा बालेकिल्ला होता. देवेंद्र फोनवरून त्याची अपॉइन्टमेन्ट घेऊन इथे आला होता. अर्थात फोन करताना त्यानं तो लोकल बूथमधून करण्याची खबरदारी घेतली होती. नाव वा अन्य काही माहिती सांगायलाही नकार दिला होता. सय्यद पानसरेला अशा फोन कॉल्सची चांगलीच सवय होती. किंबहुना, अत्यंत विश्वासाने असे कॉल येत राहणं त्याच्या धंद्याच्या भरभराटीच्या दृष्टीनं आवश्यकच होतं. त्याला मतलब पैशाशी होता, नावाशी नाही.

सय्यद पानसरेला फोन करण्यापूर्वी देवेंद्रनं त्याबद्दल नीट माहिती गोळा केली होती. त्यासाठी आपला 'एक्झिक्युटिव्ह' रँकचा मेंदू राबवला होता. हा माणूस गिऱ्हाईक बोगस नाही याबद्दल खात्री पटली, की अधिक खोलात शिरत नाही.... कामाचा मोबदला मिळाला की तो ते 'ब्लॅकमेल' साठी लक्षात ठेवत नाही... इत्यादी सर्व बाबतीत खात्री पटल्यानंतर देवेंद्रनं मनोमन त्याची या कामासाठी नेमणूक करून टाकली होती.

या क्षणी तो सय्यदसमोर बसला होता.

सय्यद त्याचं निरीक्षण करीत होता. पण इथून बाहेर पडल्यावर, सय्यद पुन्हा काही त्याला ओळखू शकला नसता. या मीटिंगपुरतं देवेंद्रनं वेशांतर केलं होतं. त्याच्या डोक्यावर विरळ केसांचा बेमालूम विग होता. कॉन्टॅक्ट लेन्सेसच्या साहाय्याने डोळ्यांचा रंग बदललेला होता. नाकाची नि जबड्याची ठेवणही बदललेली असल्याने त्याच्या बोलण्याच्या नि आवाजाच्या पद्धतीतही बदल झाला होता आणि मुख्य म्हणजे, प्राथमिक बोलणी पूर्ण झाल्यानंतर तो या वा कोणत्याच स्वरूपात सय्यद पानसरेला पुन्हा दिसण्याची शक्यता नव्हती.

"एक खून करायचा आहे!"

"केला! पुढे बोला."

"हा खून वाटता कामा नये. तू किंवा तुझा माणूस - चोरीच्या उद्देशानं घरात घुसला होता, नि चोरी करताना अडथळा आला म्हणून

चोरानं घाबरून खून केला, असं पोलिसांसकट सगळ्यांना वाटलं पाहिजे!''

''करता येईल! पुढे?''

''सर्वांत महत्त्वाचं म्हणजे... खुनाच्या संदर्भातला एकही पुरावा मागे असा उरता कामा नये, ज्याच्या आधारे पोलिस तुझ्यापर्यंत नि तुझ्याकडून माझ्यापर्यंत पोचतील!''

''साहेब... सय्यद पानसरेपर्यंत पोलीस पोचत नाहीत! आणि पोचलेच तरी गिऱ्हाइकाचा बळी देण्याची त्याची रीत नाही! तुम्ही पैसे मोजायला तयार आहात?''

''आहे.''

''बास. तुमचं काम झालं म्हणून समजा!''

''पैसे किती, नि कसे?''

''ते, खून कोणाचा करायचा, यावर अवलंबून आहे!''

''म्हणजे?''

''व्ही. आय. पी. पुढारी, सामाजिक कार्यकर्ता... यांचे दर वेगळे असतात. ते जास्त असतात. कारण...''

''एका आदिवासी शाळेचा मुख्याध्यापक!''

''फारच सोपं आहे! वीस हजार, दहा आत्ता, दहा काम पूर्ण झाल्यावर.''

''मान्य आहे. पण मी पुन्हा सांगतो.''

''सांगू नका! कोणताही पुरावा मागे राहणं हे तुमच्यापेक्षाही आम्हाला धोकादायक असतं! दहा हजार.''

''इथे?''

''इथेच! असे टेबलावर मांडलेत तरी वेटरसुद्धा पाहणार नाही!'' देवेंद्रने आपली ब्रीफ केस टेबलावर ठेवली. उघडली. शंभरच्या पन्नास नोटांचा एक, असे दोन गठ्ठे सय्यदसमोर टाकले.

''मोजून घे. बंडल बँकेचं नाही. वापरातल्या ॲसॉर्टेड नोटा गोळा करून मी ती तयार केली आहेत.''

''बकरा कुठला आहे? मुंबईतला?''

''नाही.''

"ठीक आहे. नाव नि पत्ता द्या. रविवारी सकाळी दहा वाजता याच नंबरवर फोन करा.''

"मेलेला असेल?''

"नाही. केव्हा नि कसा मरेल ते कळेल?''

"ठीक आहे, घे लिहून.''

"हॅलो सय्यद पानसरे?''

"हां, बोलतोय.''

"तू मला रविवारी सकाळी दहाला फोन करायला सांगितलं होतंस.''

"हां साहेब, तुम्ही इकडे येताय का...''

"नाही. सांग तू. नाव घेऊ नकोस.''

"माझा माणूस गेला होता. परिस्थिती पाहून आला.''

"गिऱ्हाईक बरोबर आयडेन्टीफाय झालं ना? नाहीतर,''

'आजारी असतं. सतत त्याच्या बेडरूममध्ये किंवा फारतर व्हरांड्यात बसून काहीतरी वाचत असतं.''

"हं बरोबर.''

"त्या भागातला कार्यकर्ता आहे. सतत लोक भेटायला येत असतात. बायको चिकणी आहे. गावभर फिरत असते.''

"हं... त्याच्याबद्दल बोल.''

"त्याच्याबद्दल काय? त्याचं काम होईल.''

"कधी?''

"सकाळी सात ते नऊ पेपरवाचन. दुपारी एक ते तीन विश्रांती. रात्री अकरानंतर झोप. इतर वेळी भेटायला माणसं वगैरे येतात. त्या वेळी शक्य नाही.''

"शक्यतो, दुपारी एक ते तीन. बायको शाळेत वगैरे गेलेली असताना.''

"होय. माझ्या कॉन्टॅक्टनं तीच वेळ सोयीची म्हणून निवडली आहे.''

"केव्हा होईल?''

"तुम्ही बाकीचे दहा हजार केव्हा देणार?''

"तयार आहेत! काम झालं की मी फोनवरून सांगेन, कुठून कलेक्ट करायचे?"

"बुधवारी सकाळी सात वाजता फोन करा."

"तेव्हा काम झालेलं असेल?"

"होय."

"कसं करणार?"

"तो आमचा प्रश्न आहे साहेब. तुमचं काम बिनबोभाट होईल. तुमच्यापर्यंत कोणी पोहोचू शकणार नाही. ओ. के."

"ओ. के. बुधवारी."

"सकाळी सात वाजता."

"थँक यू."

"हॅलो... सय्यद पानसरे?"

"हां. आवाज ओळखला साहेब. बोला."

"काय झालं?"

"काय व्हायचंय? झालं!"

"झालं."

"होणारच की! तुम्हाला इतकं आश्चर्य का वाटलं? होणार नाही असं वाटत होतं का?"

"नाही नाही. काय झालं ते सविस्तर सांग."

"साहेब, पैसे तयार आहेत ना?"

"होय, ते तुझ्यापर्यंत पोचले देखील आहेत!"

"अं?"

"काउन्टरला अस्लम शेख आहे. त्याच्याकडे सकाळीच माझ्या माणसानं स्लाइस ब्रेडचं एक पॅकेट दिलं आहे. त्यात ते आहेत!"

"वा! एक मिनिट हं. मी खात्री करून घेतो."

"ओह, शुअर, बी क्विक."

"...."

"...."

"साहेऽब"

"हं....?"

"थँक यू हं, साहेब."

"मिळाले ना? सांग आता."

"त्यात सांगण्यासारखं विशेष काही नाही साहेब. तुम्हाला फार उत्सुकता आहे, म्हणून सांगतो. माझ्या माणसानं त्याची दैनंदिनी वगैरे आधीच विचारात घेतल्याने तसं काम सोपं होतं. दुपारी एकच्या सुमाराला माझा माणूस हॉललगतच्या खोलीच्या खिडकीचं तावदान कापून आत घुसला. आधी त्यानं चोरीचा सीन निर्माण केला. कपाटं अस्ताव्यस्त केली. एक-दोन वस्तू चोरल्या. मग मुद्दाम आवाज केले. बेडरूममधून आतल्या माणसानं 'कोण आहे?' असं विचारताच, माझा माणूस पायांचे आवाज करीत पळापळ करायला लागला... ऐकताय ना साहेब?"

"हां... बोल तू."

"आपला माणूस बेडरूममधून उठला. खोलीत आला. बास. माझ्या माणसानं चाकूच्या एका वारात त्याचं पार हार्टच बाहेर काढलं!"

"वेल! काही आरडाओरडा वगैरे?"

"छे! तोंडातून साधा आवाजपण नाही!"

"गुड! काही घोटाळा झाला नाही म्हणजे!"

"तसा थोडा होत होता! पण... माझ्या माणसानं निस्तरला तो!"

"म्हणजे?"

"सांगितलं ना - ती आमची जबाबदारी. तुमचा काही संबंध नाही."

"पण.. झालं काय?"

"किरकोळ! त्याची बायको साली कशाला तरी मध्येच परत आली होती!"

"आँ?"

"घाबरू नका ओऽ! तिनं काही पाहिलंसुद्धा नसेल बिचारीनं! पण आपलं एक तत्त्व आहे साहेब!..... पुरावा! पुरावा मागे ठेवायचा नाही!"

"सय्यद..ती..."

"तुम्ही काही काळजी करू नका साहेब... काय? तुमच्यापर्यंत काही येऊ शकत नाही. कारण ती गेली नवऱ्याच्या जोडीनं!"

आपण इतकं बिनचूक काम केलं आणि साहेब, 'यू बास्टर्ड' म्हणून का किंचाळला, ते काही सय्यदला कळू शकलं नाही!

□□□

'आलं लक्षात...'

आजचा दिवस खूप म्हणजे खूपच लोकांनी व्यापून टाकला होता. विश्वनाथ स्वत:च या दिवसाचा केंद्रबिंदू असल्यामुळे त्याला विचार करायला उसंत मिळाली नव्हती, का स्वत:साठी अशी पाच मिनिटं देता आली नव्हती.

असं केंद्रबिंदू होणं त्याला आवडलं होतंच, असं नाही; पण ते अगदीच आवडलं नाही, असंही विश्वनाथ ठामपणे म्हणू शकला नसता.

म्हणजे असं, की कोणत्याही गोष्टीला दोन बाजू असतातच. एक चांगली, एक वाईट, गोष्ट घडते-आपण ती स्वीकारतो, तेव्हा या दोन्ही बाजू येणं अपरिहार्यच असतं. असंतर आपण म्हणू शकत नाही की, ''या पाच रुपयांच्या नाण्याचा छाप मी घेतो... काटा तुम्ही परत घेऊन जा!''

तसंच हे!

दिवसाची सुरुवात आईच्या अभिनंदनापासून झाली होती. त्यानंतर तुरळक तुरळकपणे-कोणी ना कोणी येतंच होतं. संध्याकाळपासून तर जास्तच गर्दी होती. बाहेरचं कोण कोण येऊन गेलं! विश्वनाथला तर नावं पण माहीत नव्हती!

घरात, अशी वर्दळ त्याच्याशी संबंधित यापूर्वी कधीच नव्हती. हां, अभयादीदीचं लग्न झालं, तेव्हा थेट घरातच पाहुणे नातेवाईक उतरले होते. तेव्हा तर घर गजबजूनच गेलं होतं; पण त्याची खोली प्रत्यक्ष संपर्कापासून अलिप्त राहिली होती. हसण्या-खिदळण्याचे आवाज तेवढे बंद दार नि भिंती

ओलांडून, त्याच्यापर्यंत येत राहिले होते. आज येणारी माणसं, हद्द ओलांडून, त्याच्यापर्यंत थेट येत होती. त्याचं अभिनंदन करीत होती. त्याला पुष्पगुच्छ नि भेटवस्तू देत होती. उत्साहाने, कुतूहलाने, त्याला काही ना काही विचारत होती. कौतुकपूर्ण शुभेच्छा देऊन जात होती. त्या गर्दीत अनोळखी पत्रकार अन् फोटोग्राफर्सही होते. तो नि त्याच्या वतीनं त्याचे आई-दादा जे बोलले, ते वृत्तपत्रांमधून फोटोसह छापून येणार होतं म्हणे!

हे सगळं गंमत वाटण्याजोगं, नि हवंहवंसं होतं; पण या जोडीला कोणी ना कोणी त्याच्या अपंगत्वासंदर्भात काही ना काही विचारत होतं. हळहळ व्यक्त करत होतं. दयार्द्र नजरेनं त्याच्या पांघरुणाआड लपलेल्या पत्त्यापर्यंत पोचण्याचा प्रयत्न करत होते. हे सर्व क्लेशदायी अन् खिन्न करणारं होतं.

'नॅशनल टॅलेन्ट सर्च' च्या परीक्षेत आपण संपूर्ण देशात पहिले आलो... याचा अन् आपल्या नसलेल्या पायांचा काय संबंध? मेंदू आणि गुडघा याचा हे लोक खरंच संबंध जोडतात की काय?

विश्वनाथला हे आवडलं, किंवा न आवडलं याच्यापेक्षा, त्याला अशा दिवसांची सवय नव्हती, हे जास्त बरोबर! दिवसाच्या ठरावीक वेळा, ठरावीक माणसं, त्यांचे ठरलेले प्रश्न आणि त्या प्रश्नांची ठरावीक, अपेक्षित उत्तरं !

आधी पांडेबाई यायच्या, त्या त्याला बेडपॅन देण्यापासून ते थेट कपडे बदलण्यापर्यंत सगळी कामं उरकून, विश्वनाथला 'प्रेझेन्टेबल' करायच्या.

पांडेबाई गेल्या, की थोड्याच वेळात एक वैद्य यायचे. "तीन वर्षांत मी या पोराला स्वतःच्या पायावर उभं करीन!" अशी त्यांची प्रतिज्ञा होती. वर्षभर ते नेमाने येत होते. दोन्ही पायांना मालीश करून जात होते. अजून तरी काही फरक नव्हता. पहिल्यासारखेच आपले पाय विश्वनाथला मलूल... बेजान वाटायचे. त्याला कधीच आशा वाटली नव्हती. आई आणि दादांचीही आशा संपल्यात जमा होती. वैद्यांना अजून होप्स होत्या. म्हणून ते आपले येत होते. ते येत होते, म्हणून कोणी 'नको' म्हणत नव्हतं, इतकंच. त्यांनी येणं बंद केलं असतंच, तरी कोणी त्यांना 'का?' असं विचारायला गेलं

नसतं!

वैद्य गेले की अभया, पुष्पा, आई... कोणी ना कोणी यायचं. फ्लॉवर पॉटमधली जुनी फुलं काढून, ताजी फुलं लावायचं. खोलीत कुठलासा रूम-फ्रेशनर मारायचं.

ऑफिसला जाताना दादा यायचे. निरनिराळी आठ-दहा वृत्तपत्रं त्याच्या शेजारच्या टी-पॉयवर ठेवायचे. त्याची वाचून झालेली पुस्तकं बदलायला न्यायचे; आणलेली त्याला द्यायचे. इतर कोणी नाही; पण दादा मात्र पंधरा-वीस मिनिटं चहाच्या जोडीनं त्याच्याशी गप्पा मारायचे. माहितीचं आदानप्रदान व्हायचं. कुठली पुस्तकं आणायला हवीत, सध्या काय घडामोडी चालल्या आहेत... असे कोणतेही विषय असायचे.

दादा गेले, की आई त्याला जेवायला घालायची.

बास. इथून त्याचा एकान्तवास सुरू व्हायचा.

त्यानं वाचन करावं, व्हिडिओ गेम्स खेळावेत, टी. व्ही. पहावा, कॉम्प्युटरशी चेस खेळावा, कॅसेट्स ऐकत पडावं, नाही तर झोपून जावं.

संध्याकाळी चहा-नाष्टा, रात्रीचं जेवण, एवढाच एकान्त-भंग. मग सकाळी पांडेबाई येईपर्यंत तो आणि पुन्हा त्याचा एकान्त!

विश्वनाथच्या मनात कोणाबद्दल कटू भावना नव्हत्या. एका अपंग मुलासाठी घरातली माणसं संपूर्ण वेळ देऊ शकत नाहीत, हे समजूतदारपणे त्याला पटलेलं होतं. उलट, ती इतकं करतायत, हेही त्याच्या लेखी खूपच होतं. त्याच्या हातापाशी बटनांचा बोर्डच होता. ती दाबून, तो दिवा लावण्यापासून सारं काही करू शकायचा. कॉलबेल दाबली, तर घरात जो कोणी असेल, तो त्रागा न करता, हजर व्हायचा.

घरात पैशाला तोटा नव्हता, हे ठीक आहे. पण कृती तर हवी? कोणी लक्षच दिलं नसतं, जो तो आपापल्या नादातच राहिला असता... विश्वनाथ काय करू शकला असता?

या समजूतदारपणापासून एक मात्र झालं होतं, विश्वनाथ खूपच अंतर्मुख नि बराच भिडस्त झाला होता. अगदीच अडल्याशिवाय तो कोणाला बोलावत नसे. शक्यतो, स्वतःचं स्वतः करीत असे.

याचीच दुसरी बाजू म्हणून, घरातल्यांना त्याचं फार करावं न लागल्याने त्यांची विश्‍वनाथबद्दल तक्रार नसे; पण तो लक्षातही फारसा राहत नसे. त्यांच्यात आणि विश्‍वनाथमध्ये प्रेम, आपुलकी, माया यापेक्षा कर्तव्याचं नातं निर्माण होऊन बसलं होतं. या नात्यापेक्षा मग विश्वनाथला आपला एकान्त... आपले विचार...मनन-चिंतन...हेच जास्त जवळचं नातं वाटत असे. दिवास्वप्नं पाहण्यात नि स्वप्नरंजनात त्याचे दिवस-रात्र पसार होत असत. कमरेखाली पूर्ण लुळा असलेल्या विश्वनाथची ही उणीव मन, इच्छाशक्ती आणि मेंदू या घटकांनी भरून काढली होती.

दिवसभरातली दमणूक... घरातल्यांची गडबड धावपळ...

सगळं संपून, आता त्याचा एकान्तवास सुरू होऊनही तास-दीड तास झाला होता.

खरंतर लवकर झोप यायला हरकत नव्हती. पण अतिश्रमांनंतर, श्रम संपल्याच्या जाणिवेनं डोळ्यांवर तारवट पडूनही झोप मात्र लागू नये, तशी विश्वनाथची अवस्था झाली होती.

रूममधलं वातावरण अजूनही दिवसभरातल्या उत्सवाचे अवशेष सांभाळून होतं. आपलीच रूम विश्वनाथला परकी-परकी...वेगळी वाटत होती.

पुष्पानं, प्रेझेन्ट आलेली पुस्तकं त्यांच्या आकारमानानुसार शेल्फमध्ये लावून ठेवली होती.

मैत्रिणींच्या मदतीने तिनं सगळे पुष्पगुच्छही खोलीभर ॲरेंज केले होते. टेबलावर ग्रीटिंग्जची व्यवस्थित मांडणी केली होती. त्यांच्या विविध रंगांनी खोलीचा तो कोपरा चित्रपटातल्या एखाद्या सुंदर बागेसारखा वाटत होता. खोलीभर पसरलेला फुलांचा संमिश्र सुवास ग्रीटिंग्जमधल्या फुलांतूनही दरवळत असल्यासारखी ती जिवंत वाटत होती.

गुलाब - चाफा - जाई - मोगरा - चमेली - जुई -चंपक!

जगात किती विविध प्रकारची फुलं असतात, नि प्रत्येकाचे वास अगदी भिन्न भिन्न असतात. यात कुठे 'हीना'च्या वासाचं फूल नसतं, नाही?

असायला हवं, रादर, 'हीना' चाच वास सर्व फुलांना असता, तरी

चाललं असतं!

विश्वनाथच्या मनात तो विचार येताच, त्याला कुठूनसा हीनाचा वास मंदपणे दरवळल्याचा भास झाला. स्वत:च्या वेडेपणाला हसत, त्यानं 'वेळ कसा घालवावा?' या गहन प्रश्नाकडे आपला मोर्चा वळवला.

वाचन करायचं, तर आत्ता पाच पन्नास नवीकोरी पुस्तकं त्याच्या दिमतीला हजर होती; पण मेंदू असा हलका झाला होता, की काही वाचण्याची इच्छाच उरली नव्हती. बुद्धिबळात तर कॉम्प्युटरनं त्याला तिसऱ्या-चौथ्या चालीत चेकमेट दिलं असतं. गाणी लावावी, तर कॅसेट टाकायला कोणालातरी हाक द्यावी लागली असती.

विचारान्ती, अशी एक एक करमणूक बाद होत, तो शेवटी टी. व्ही. वर आला.

तेवढी एकच करमणूक आता सहजपणं उपलब्ध होती, आणि तिचा डोक्याला मुळीच ताप होणार नव्हता!

रिमोटच्या साहाय्यानं त्यानं टी. व्ही. ऑन केला. आवाज बंद करून टाकला.

निरनिराळे चॅनल्स तपासत, तो काय आवडण्यासारखं आहे याचा शोध घेऊन ागला.

अंगावर कपडे असण्यापेक्षा नसणंच असलेला, मुला-मुलींचा एक भिकारी ग्रुप. तो गाणं गाण्याऐवजी गाणं किंचाळतोय, हे त्यांच्या संतप्त उघड्या तोंडांवरच दिसत होतं.

डिस्कव्हरी, हा भाग पाहिलेला होता.

पन्नाशीचा एक भरभक्कम 'तरुण' कॅमेऱ्यापासून पोटाच्या वळ्या लपवणाऱ्या 'युवतीं'च्या मागे हातवारे करीत बागेत पळापळ करतोय.... मल्याळी गाणी असणार!

स्टार्सला कुठलातरी इंग्रजी चित्रपट होता. विश्वनाथ दहा-पंधरा मिनिटांतच कंटाळून गेला.

छे! टोटली सेक्स-कल्चरच हे! आणि, दीर्घ चुंबनं घेताना, हे बोलताना काऽय?

खाली हिन्दी सब टायटल्स तर दिसतायत!

वैतागून, त्यानं चॅनल बदलला. दोन तीन चॅनल्स् बदलल्यावर, एका चॅनलवर स्थिरावला.

बायकांचं 'डब्ल्यू - डब्ल्यू एफ' बघण्यापेक्षा हे ठीक!

कुठलं तरी 'चोवीस तास चित्रपटां'ची हमी देणारं चॅनल असावं. जस्ट... चित्रपट सुरू होत होता.

नाव वगैरे गेलेलं होतं. टायटल्स संपत आली होती. दिग्दर्शकाचं नाव वाजतगाजत पडदाभर मोठं होत होतं.

हां, हे चालेल!

हिन्दी चित्रपट आहे. आधीची दहा-पंधरा मिनिटं गेली असतील, तर पुढे पाहताना, चुटपुट लागलीच, तर पंधरा-वीस मिनिटं न गेल्याची लागते! मध्येच बंद करून, पुन्हा दहा मिनिटांनी लावली, तरी लिंक तुटत नाही! आणि, बंदच केला, तरी 'पुढे काय असेल बरं?' अशी रुखरुख मनाला लागून राहत नाही!

दिग्दर्शकाचं नाव पडद्यावर ढॅणकन ठोठावलं जात असतानाच, मागच्या बदलत्या दृश्यांत एक श्रीमंतीचं प्रदर्शन करणारा, माजुरा, कॅसलटाइप व्हिला दिसत होता. दिग्दर्शकाचं नाव अदृश्य होत असतानांच कॅमेरा या व्हिलाच्या दिशेनं सरकू लागला.

मग पाच वर्षांच्या मुलानं मधली वयं विसरून, एकदम पंधरा वर्षांचंच व्हावं, तसा तो व्हिला एकदम मोठा होऊन गेला. व्हिलाच्या गेटमधून, दरवानांचे सलाम घेत, एक कन्डा ओपन कार, कन्डा युवतीला घेऊन सुसाट वेगानं बाहेर पडत, रस्त्यावरनं धावू लागली.

"हं.... आलं लक्षात!'' विश्वनाथ मनाशीच म्हणाला, "ही कोणाला तरी रिसीव्ह करायला एअरपोर्टवर निघाली असेल. तिला उशीर झालाय, रस्त्यात कुठेतरी, घाईघाईने हिरोची कार आडवी येईल. आधी कोणी पुढे जायचं, यावरून यांच्यात भांडणं होतील. शेवटी, हिरो माघार घेऊन तिला जाऊ देईल, नि दोघं पुन्हा एअरपोर्टवरच भेटतील!''

तेवढ्यात कार वेगात पळवणाऱ्या हिरॉईनचा चेहरा पडद्यावर झळकला.

पुरेपूर श्रीमंती, खानदानी, आगाऊपणा, डोळ्यांवर गॉगल, केस वाऱ्यावर भुरभुरतायत. हे चेहऱ्यावर आले, की मानेला एक उर्मट झटका बसण्यातही एक असा ताठपणा, की जणू जगात हीच एक कार आहे नि ती फक्त तिला म्हणजे तिला एकटीलाच चालवता येते!

भरधाव वेगात तिची कार एका वळणाच्या दिशेनं येत असतानाच, विश्वनाथच्या मनात विचार डोकावत होता ही साली हिरॉईन... मेकअप... दिसणं सगळ्याच बाबतीत रेखाच्या सहीसही स्टाईलच मारतेय! हिच्यापेक्षा, रेखालाच घ्यायचं की मग!

विश्वनाथचं लक्ष एकदम दृश्याकडं वेधलं गेलं. हिरॉईनचा रस्ता सरळ होता. 'व्ही' च्या दांड्यासारखा एक रस्ता वळणापाशी या मुख्य रस्त्याला येऊन मिळत होता. आणि त्या रस्त्यावरनं त्या कारच्या तोलामोलाची एक कार, त्याच वेगानं आडवी धावत येताना दिसत होती!

म्हटलंच! हेही अशक्य नाही, की हिरॉईन श्रीमंत आहे, तर हिरो ड्रायव्हर असणार!

हां.... ती ज्या तरुणाला रिसीव्ह करायला एअरपोर्टवर चालली आहे, त्याच तरुणाला आणण्याचं काम या ड्राईव्हरवर सोपवलेलं असणार!

राईट! पाहुणा ह्याला भेटेल. हिरॉईनचा कोचा होईल. ती हिरोशी खुन्नस धरेल!

विश्वनाथच्या मनात असे विचार चालू असले, तरी समोरचं दृश्य नजरेतून त्याच्या मेंदूपर्यंत पोचत होतं, न कळण्यासारखं त्यात काही नव्हतंच!

दोन्ही कार्सची बंपर्स काटकोनात एकमेकांना खेटून उभी होती. हिरॉईननं डोळ्यांवरचा गॉगल काढून खसदिशी हातात घेतला होता. हिरोनं डोक्यावरची कॅप काढून, रागारागाने तिच्याकडे पाहायला सुरुवात केली होती.

अरे! ही 'रेखासारखी' कसली... रेखाच आहे!

म्हणजे ड्रायव्हर दुसरा कोण असणार? मिथुन चक्रवर्ती नाहीतर, विनोद मेहराच!

इथे मात्र विश्वनाथचा अंदाज मजेदार चुकला होता.

हिरो कोणीतरी नवाच होता. कधी पाहिल्याचं विश्वनाथला स्मरत नव्हतं. त्याचं अर्थात, चित्रपटविषयक ज्ञानापेक्षा, अज्ञानच जास्त होतं म्हणा! आणि अमिताभ भेटेपर्यंत रेखाला काही चॉइसच नव्हता!

नवीन निश्चल काय... विनोद मेहरा काय... जितेंद्र काय... तिला कोणीही चालायचं!

हा हिरो अजब होता. तो मिथुन, आणि विनोदचं मिश्रणच होता! म्हणजे त्याचं नाक अन् जिवणी विनोद मेहरासारखी होती, तर कपाळपट्टी, केस नि सर्वांत वाईट म्हणजे, आवाज नि संवादांची फेक मिथुनसारखी होती! अगदी ठरवून चांगलं म्हणायचं झालंच, तर फारतर इतकंच म्हणता आलं असतं- सुनील दत्त आणि नर्गिस या कॉम्बिनेशनपेक्षा, 'ते' कॉम्बिनेशन बरं होतं!

कार कोणी मागे घ्यायची, आणि कोणी पुढे काढायची, यावरून त्यांच्यात वाद सुरू झाले. शेवटी, 'आप बडे बाप की बेटी! मेरी आप से क्या बराबरी?' असं म्हणत, 'मिठुविनोद' नं आपली कार मागे घेऊन रेखाला पुढे जायला वाट करून दिली.

आपला अंदाज बरोबर आलेला पाहून विश्वनाथ खुश झाला. त्याचा चित्रपट पाहण्यातला रस वाढला. तो बारकाईने पाहू लागला.

एअर पोर्टवरचा सीन तर अगदी विश्वनाथनं वर्तवला तसाच होता! इव्हन, येणारा पाहुणा, हा 'मि. वि.' च्या मालकाचा मुलगा असेल... तोच व्हिलन असेल... तर शक्ती कऽऽपूर! तेही खरं निघालं. रेखाला खुन्नस लावून, शक्ती मि. वि. च्या कारमध्ये बसून निघून गेला.

हं, शक्तीच्या आणि रेखाच्या वडिलांचे चहाचे मोठे मळे असतील. शिवाय शहरातही काय काय उद्योग असतील. या सुंदर रेखाचा बाप अजितसारखा कोणी टोणगा असेल, नि या धंद्याआड, 'स्मगलिंग' हा त्याचा मुख्य व्यवसाय असेल! म्हणजेच, अजित-शक्ती कपूरची जोडी असणार! शक्ती अजितला भेटायला जाईल, तेव्हा शक्तीला रेखा अजितची मुलगी असल्याचे कळेल; पण शेवटी ते वेगळं रहस्य असेल! रेखाचा खोटा बाप बनून, अजितनं तिच्या लहानपणीच, तिच्या आई-वडिलांना ठार मारून

तिची जायदाद बळकावलेली असेल नि हे रहस्य माहीत झालेला शक्ती त्याला ब्लॅकमेल करून, रेखाशी लग्न करायचा प्रयत्न करेल!

तर काही म्हणजे काही फरक नाही! रेखाचा बाप अजितच. तो बनावट शक्ती पहिल्याच भेटीत अजितला 'राज राजही रहे' यासाठी धमकावू लागलेला. अजितच्या 'बिझनेस' मध्येही त्यानं पार्टनरशिप मागितलेली.

अन् इथे चित्रपट खटकन् बंद झाला. निवेदिकेचा लाजरा चेहरा पडद्यावर झळकला.

आता काय झालं? चित्रपट तर व्यवस्थित चालला होता की! कुठे डिस्टर्बन्स नाही, काही नाही आणि मध्येच ही निवेदिका काय अवतरली?

हा चित्रपट चुकून लावला, म्हणून दुसराच कुठला ऐतिहासिक वगैरे चित्रपट चालू करते की काय,आता हीऽ?

"क्षमा कीजिए-" निवेदिका गोंधळल्या आवाजात म्हणाली,"तांत्रिक खराबी के कारण, हम 'जिंदा सैतान' का अगला भाग दर्शकों को नहीं दिखा सकते । थोडी ही देर में आप के सामने हम पेश करते हैं....'रूपनगर का खजाना!'

विश्‍वनाथचा जरा हिरमोडच झाला की, आपण इतका अचूक अंदाज वर्तवू शकत असलेला चित्रपट नेमका या चॅनलला बंद करावा लागला.

मजा येत होती. अर्धा तास कसा गेला, ते पण त्याला समजलं नव्हतं.

'थोडी देर के बाद' असं निवेदिकेनं जाहीर केल्या केल्या, जाहिरातींनी पडद्यावर आक्रमण केलं होतं. त्या पाहण्यात विश्वनाथला स्वारस्य नव्हतं. आपोआपच, त्याचं लक्ष काही वेळ उडालं, मनात विचार येऊ लागले.

'जिन्दा सैतान?' मघाशी आपण पाहात असलेल्या चित्रपटाचं नाव 'जिन्दा सैतान' होतं?

कमाल आहे या मठ्ठ लोकांची! या नावात आणि आपण पाहत असलेल्या कथानकात कुठेतरी एकवाक्यता होती का?

ह्यांना करायचा असतो गणपती... तो बदलत बदलत जातो, मारुतीच्या

वळणावर... आणि ह्यांचा वकूबच तेवढा म्हणून तयार होतं माकड!

आता हा 'रूपनगर का खजाना' तरी नावाप्रमाणे आहे का?

पाहू तरी! नाहीतर, करून टाकू बंद!

विश्वनाथचं टी. व्ही. कडं लक्ष गेलं. जाहिरातींचा पसारा आवरून, पडदा थकल्यासारखा पांढराफट्ट पडला होता. डॉट्स नुसतेच अंध माणसासारखे उघडझाप करतायतसं वाटत होतं.

अं? 'हीना' चा वास?

त्यानं छातीत दीर्घ श्वास भरून घेतला, तर खरोखरच 'हीना'च्या वासानं खोली दरवळून गेली होती! 'सैतान' च्या नादात त्याच्या ते फक्त लक्षात आलं नव्हतं.

एवढ्यात मुलांनी खेळताना रिबीनच्या गुंडाळीची ओढाताण करावी, तसे रंगांचे पट्टे स्क्रीनवर पळापळ करू लागले. टी. व्ही. तून गूँऽ गूँईऽऽ असे चित्रविचित्र आवाज येऊ लागले. त्यातूनच भेदरलेलं सेन्सॉर सर्टिफिकेट थरथरत दिसू लागलं. उगाचच खूप दूरवरून एक शंख वेड्यासारखा वाजत-धावत आला. पडदाभर स्थिरावला. मग त्याची जागा अर्जुनाला गीता सांगणाऱ्या कृष्णानं घेतली. स्वरांच्या पट्ट्या अलगदपणे बदलत, कोणीतरी 'कर्मण्येऽवाऽधिकारस्ते- म्हटलं. पुन्हा शंख वाजत असतानाच, टायटल्स सुरू झाली.

या वेळी, सगळी टायटल्स बारकाईने वाचायलाच मिळाल्यामुळे विश्वनाथला कास्टिंगबाबत अंदाज करायला संधी नव्हती.

जितेंद्र, धर्मेन्द्र, परवीन बॉबी, हेमामालिनी, प्रदीपकुमार, प्राण, कादरखान...मल्टी स्टार पिक्चर होतं. आणि टायटल्सच्या बॅकग्राउंडला युद्ध-तलवारबाजी- घौडदौड....असे सीन्स होते. त्याअर्थी, ऐतिहासिक वातावरणातला तो युद्धपट होता.

चित्रपटाची सुरुवात होत असतानाच, दरबार दिसला. राजसिंहासनावर बसलेला प्रदीपकुमार लांबूनही नेरोलॅकच्या अविचल होर्डिंगसारखा ओळखू आला!

अरे, हा! या ठोकळ्याला कशाला घेतात?

संपूर्ण दरबारात हा एकटाच मृत वाटतो! त्यापेक्षा, ह्याला डायरेक्ट फोटोत बसवून, हार का नाही घालून टाकत?

तर...

दरबार जिवंत होता, प्रदीपकुमारचं मात्र हे सिंहासनावर बसलेलं तैलचित्र होतं!

दु:खी चेहऱ्यानं कादरखान पुढे आला. सेवकांनी त्याच्या हातात हाऽ असला जाड हार दिला. तो त्यानं राजाच्या तैलचित्राला घातला. तोपर्यंत प्राणनंही डबडबलेल्या डोळ्यांनी तिकडे उदबत्त्या धुमसवून, आग पेटत असल्यासारखा धूर केला.

हं, हा प्राण चांगला असेल. स्वामिभक्त असेल. कदाचित, या प्रदीपकुमारला मारून टाकण्याच्या साजिशीमधून त्यानंच त्याला वाचवून, अज्ञात जागी सुरक्षित ठेवलं असेल!

हा, हा काद्र्या! हा उलट्या काळजाचा हलकट बदमाष....सारं काही असेल तो या रूपनगरचा प्रधान असेल, नि राज्य व राजवाड्यात दडलेल्या गुप्त खजिन्यासाठी ह्यानंच त्या मठ्ठ प्रदीपकुमारला मारून टाकण्याचा घाट घातला असेल!

"या, या हरामखोराच्या पार्श्वभागावर सणसणीत लाथ मारली पाहिजे!" विश्वनाथच्या मनात हे येत असतानाच, प्राण तिकडे आपल्या जागी जाऊन उभं राहावं, म्हणून चालला होता. उदबत्तीचा धूर नि अश्रू यांमुळं त्याला नीट दिसत नसावं. दिवंगत महाराजांसमोर तैलरंगात ज्या रांगोळ्या घातल्या होत्या, पैकी एका चिकट रंगावर त्याचा पाय पडला. घसरण्यापासून स्वत:ला वाचवण्याच्या नादात अशी त्यानं अशी काही चमत्कारिक हालचाल केली, की तो वेगात उलटा होत, सऽर्रकन् घसरला. त्याचे दोन्ही पाय वर उचलले गेले. राजाकडे तोंड करून, दांभिकपणे खोटं रडणाऱ्या कादरखानच्या पार्श्वभागावर त्याची सणसणीत लाथ बसली!

"अरे, ऐतिहासिक पार्श्वभूमीवरचा हा तर विनोदी चित्रपट दिसतोय्!"

"आऽहा- मजा येणार!"

खरंच मजा येत होती. प्रदीपकुमार मेलेला तर नव्हताच, पण तो

गुप्त जागीही लपलेला नव्हता. प्राणच्या सल्ल्याने-नि सहाय्याने, तो हेमामालिनीच्या-आपल्याच कन्येच्या-महालात दासी म्हणून वावरत होता! महालातल्या इतक्या नाजूक...सुंदर दास्यांना सोडून, त्या चक्रम कारदरखानला 'ही' दासी आवडली होती!

एका सीनमध्ये तर, कादरखाननं प्रदीपकुमारला एकान्तात पकडलंच होतं! 'दो टके की दासी' ऐकत नाही...वश होत नाही, म्हणून तो तिच्यावर बलात्कार करायला निघाला होता. ऐन वेळी, धर्मेंद्रनं मागनं येऊन, त्याच्या डोक्यात पितळी सोटा ठाऽणूकन् मारला नसता, तर प्रदीपकुमारचं काही खरं नव्हतं!

चांगला अर्धा-पाऊण तास अशी धमाल करमणूक चालली होती. विश्वनाथ तर आता या निर्णयापर्यंत येत चालला होता, की दिवसभर वैचारिक वाचन वगैरे केल्यानंतर, रोज रात्री एक हिन्दी फिल्म रिलीफ म्हणून मस्ट आहेच!

आज बागेत प्रेम करत, धर्मेन्द्रबरोबर गाणं म्हणत, फिरत असताना, गाणं थांबवून, हेमामालिनी म्हणाली, "मेरा टॉयलेट जाना जरुरी है! पेट में गडबड है! आधा गाना बाद में गाअेंगे!"

-तिथे नेमकी फिल्म खटकन् बंदच!

बंद म्हणजे- डायरेक्ट चॅनेलच बंद! माफी मागणं नाही न् काही नाही!

काय झालं, विश्वनाथला कळलंच नाही. तो आपला, बिचारा दुसऱ्या चॅनलकडे हिन्दी चित्रपटाच्या आशेनं वळला.

हिन्दी चित्रपटसृष्ट जिला सगळे 'बॉलीवूड' म्हणून ओळखतात, तिथे काल रात्रीपासूनच खळबळ माजायला सुरुवात झाली होती. सकाळपर्यंत ती उघड-उघड गोंधळ आणि रणकंदनात रूपांतरित झाली होती.

जो तो संतप्त होता. दुसऱ्या कोणाला तरी कळवळून शिव्या घालत होता. कोर्टात खेचण्याची भाषा तर प्रत्येकाच्याच तोंडी होती.

काहीतरी प्रचंड गडबड होती. घोळ होता. मिसचीफ होती आणि ती काय आहे, कुठे आहे, ती कोणी व कशी केली आहे...हे भल्या-भल्यांच्या

लक्षात येत नव्हतं.

''जिन्दा सैतान''च्या कलाकारांत 'रेखा' नव्हतीच म्हणे! आपला मुखवटा वापरून, लोकांची फसवणूक केली, म्हणून ती निर्मात्याला जाहीर नोटीस देणार होती.

या चित्रपटात ऋषी कपूर हीरो होता. आपण कधी मिथुन चक्रवर्ती दिसतो, तर कधी विनोद मेहरा, या कोड्याचं उत्तर तो मेकअप आणि कॅमेरामनला मागत होता. मिथुनच्या आवाजात आपले डायलॉग्ज् डब करून घेतल्याबद्दल तर तो निर्माता, डबिंग स्टुडिओ यांना जाब विचारत होता आणि इकडे, स्टोरी डिपार्टमेन्टचं विव्हळणं होतं. दिग्दर्शकानं स्टोरीत थोडा बदल करावा, इतपत ठीक होतं. त्यांनी 'जिन्दा सैतानला' अशी स्टोरी दिलीच नव्हती!

सगळ्यांचं सगळं पटण्यासारखं होतं, कारण हे बदल सुरुवातीचा जेमतेम अर्धा तासही नव्हते! त्यानंतर जर्क घेऊन सगळं प्रॉडक्शनच मूळ चित्रपटावर येत होतं.

गोची होती ती ही, की 'जिन्दा सैतान' पाच वर्षांपूर्वीचा पडेल चित्रपट होता. नाही म्हटलं तरी, बऱ्याचजणांनी तो ओरिजनल पाहिलेला होता. तेव्हा-तेव्हाच काय, करार करून, निर्मात्यानं चॅनेलला चित्रपटाचे राईट्स विकले, तेव्हाही त्यात हे बदल नव्हते!

-कालच्या रात्रीतल्या काही तासात असा बदल होऊ शकतोच कसा?

तोही, एकाच्या प्रिन्टमध्ये नाही; निर्मात्यानं खात्री करून घेतली होती-मास्टर प्रिन्टसकट बाकीच्या चाळीस प्रिन्ट्समध्ये हे बदल झाले होते!

'रूपनगर का खजाना' चे हाल तर 'सैतान' पेक्षा बद्धकोष्ठ होते! ''मी नाही हो दासीच्या वेशात वावरलो!'' असं प्रदीपकुमार रडून सांगत होता. कादरखान त्या सीनबद्दल खवळून, पत्रकारांनाच विचारत होता- ''अबे मुझे कोई चॉइस है के नहीं? हेमामालिनी को छोड कर, मैं क्यों प्रदीपकुमार पे रेप करने लगा?'' हेमामालिनी तर बागेतल्या गाण्याच्या त्या सीनवर इतकी खवळली होती, की कोणी काही विचारलं, की ती 'उंहू!' असं कुंथायची, नंतर तिच्या तोंडाला खुंटीच बसायची!

थोड्याफार फरकाने, इतर चॅनेल्सवरच्या चित्रपटांची अवस्था हीच होती.

यावर शास्त्रज्ञांच्या प्रतिक्रिया साधारणत: अशा होत्या, की एका विशिष्ट दिवशी जगातल्या सर्व कॉम्प्युटर्सना व्हायरल इन्फेक्शन होतं, तसाच काहीसा हा प्रकार असावा. यावर सखोल संशोधन हाती घेणं आवश्यक आहे!

हे चर्चेचे गदारोळ चालले असतानाच,

त्या रात्री विश्वनाथची नजर टी. व्ही.वर उत्साहाने खिळली होती.

आजच एक दोनशे छप्पन भागांची मेगा सिरिअल चॅनेलला सुरू होती. टायटल्स संपून पहिला भाग सुरू झाला आणि विश्वनाथच्या तोंडून उत्स्फूर्तपणे उदगार बाहेर पडले-

''हांऽ...आलं लक्षात! हा लक्ष्मीकांत बेर्डे सईद जाफरीचा नोकर असणार, आणि...''

''आलं लक्षात...!''

❑❑❑

सजा

"मग...तुझं काय ठरलं दालमिया?"

पानचंदनं विचारलं, तसा दालमिया भानावर आला. हताश नजरेनं पानचंदच्या चेहऱ्याकडे पाहत राहिला.

पानचंदच्या पेढीचं ते ए.सी.केबीन होतं. तेच पानचंदचं ऑफिसवजा डीलिंग सेंटर होतं. इथे कोट्यवधी रुपयांचे व्यवहार या कानाचं त्या कानाला न कळता पार पडायचे.

त्यात नवीन खरेदी-विक्री असायची. स्मगलिंगचा लॉट उचलणं असायचं. चोरीचा माल विकत घेणं चालायचं आणि अडल्या-नडल्या व्यापाऱ्याला व्याजाने पैसे देणंही असायचं.

केबीन प्रशस्त होतं. पॉश होतं. पानचंदनं डेकोरेशन करताना सगळंच गॉडी म्हणून टाळलं होतं. प्रत्येक वस्तू त्याच्या उच्च अभिरुचीची दाद द्यावी, अशी खास आणि दुर्मीळ होती. पानचंदला हटकून दाद मिळायची ती एका पोर्ट्रेटला. ऐंशी-पंचाऐंशी वर्षाचा एक वृद्ध. त्याचे अवयव केव्हाच उतरणीला लागलेले, पण शरीराचा बुलंदपणा अजून जाणवतोय. मनातला रंगेल अन् रगेलपणा कपड्यांच्या निवडीत आहे आणि डोळ्यांतही. त्याच्या पुढ्यात बीअरच्या दोन बाटल्या आहेत. ग्लासात अजून बीअर शिल्लक आहे. आणि हातात जळता चिरूट. त्याची नजर मात्र फ्रेमबाहेर....अज्ञातात कुठेतरी खिळलेली आहे.

या पोर्ट्रेटवर पानचंदनं लाइटिंग असं करवून घेतलं होतं, की म्हाताऱ्याचे

डोळे अचूकपणे नजरेत भरावेत. या चित्राला हुकमी दाद मिळाली, की पानचंद मिस्कीलपणे हसून म्हणायचा... "तो म्हणतो, 'या वयातही आपण हे सगळं करतो.' आणि हे करून त्याची नजर बघा कुठे आहे?"

त्यानं असं सांगितल्यावर नव्या माणसाचं लक्ष जायचं ते 'मोनालिसा' च्या पोर्ट्रेटकडे! अन् पानचंदच्या रंगेलपणाला खळखळून दाद मिळायची.

खुद्द दालमियालाही ते पोर्ट्रेट बेहद्द आवडायचं. पण या क्षणी त्याला तो पोर्ट्रेटमधला म्हातारा पानचंदच वाटत होता. आणि 'मोनालिसा' च्या जागी...

"तुझ्यासारख्या पिढीजात व्यापाऱ्याला एका फायद्याच्या व्यवहाराबाबत निर्णय घ्यायला इतका वेळ लागावा...?"

"मला वाटतं पानचंद....तू अजून विचार करावास!" दालमिया शांतपणे म्हणाला.

"विचार करण्याची मला काय गरज? तो तू करायचास!"

"आपल्या स्पर्धेत तू माझं कौटुंबिक जीवन ओढू नयेस, असं मला वाटतं!"

"माझ्या वडिलांनाही असंच वाटलं असेल, दालमिया. तेव्हा तुझ्या वडिलांनी असा विचार केला नव्हता!"

"मान्य आहे. पण माझ्या वडिलांनी जे काही केलं, ते मला माहीतही नाही. मी तेव्हा जन्मालाही आलो नव्हता. त्यांच्या दुष्कृत्याची सजा तू मला का देतोस?"

पानचंद तुच्छ लेखताना हसला.

"दालमिया...माणूस सर्व बाजूंनी हरतो, तेव्हाच त्याला असं विचारवंत होता येतं! या क्षणी सगळेच हुकमाचे पत्ते माझ्या हातात आहेत. मला असा दयाळू विचार सुचणार नाही!"

"पानचंद...गेली बारा वर्षं आपली मैत्री आहे. आपल्यात व्यवहार आहेत ते..."

"या क्षणावर नजर ठेवून मी बारा वर्षांतला प्रत्येक क्षण सत्कारणी लावला!...पुढे?"

“मग....काय बोलणार!”

“तू फक्त नीट विचार करून इतकंच सांग...हो, का नाही?”

“मला..मला विचार करायला एक आठवड्याची मुदत दे!”

“दिली! पण लक्षात ठेव, दालमिया..‘हो’ म्हणण्याशिवाय तुला पर्यायच नाही!”

दालमिया अतिशय खिन्न मनाने उठला. काही न बोलता थकल्या चालीनं बाहेर पडला. पानचंद जळजळीत नजरेनं त्याचं जाणं पाहात होता. दालमिया दिसेनासा होताच, त्याच्या चेहऱ्यावर खलनायकी हास्य मंदपणे पसरलं.

बास्टर्ड, साला! आता...स्वत:च्या घराण्याची इज्जत पणाला लागल्यावर ह्याला नैतिकतेचे वगैरे साक्षात्कार व्हायला लागले.

ह्याच्या बापानं मित्र म्हणून घरात घुसून माझी सावत्र आई नासवली! तिला पुढं करून त्यानं माझ्या बापाला लुबाडलं.

दालमिया सेठ....आता तुम्ही बघाच...घराण्याची इज्जत दुसऱ्याला स्वाधीन होताना कसा मनाचा तडफडाट होतो ते!

दादा दालमिया पानचंदला आठवत नव्हते. बोकाडिया आणि दालमिया घराण्यांचे परस्परसंबंध संपुष्टात आले, तेव्हा पानचंद जेमतेम चार-पाच वर्षांचा होता. त्या वेळी काहीतरी वादळी चर्चा झाल्या होत्या...वादावादी झाली होती. मारहाणी झाल्या होत्या. पण ते वातावरण बरीच वर्षं त्याच्या मनावर रेंगाळत राहिलं होतं. नंतर दालमिया हे नाव पण कोणी उच्चारीत नव्हतं. त्यामुळे हळूहळू ते वातावरण विस्मरणात गेलं.

त्यानंतर दीर्घ काळ लक्षात राहिलेली एक घटना म्हणजे अंबा मॉँचा मृत्यू!

अंबा मॉँ पानचंदची सावत्र आई होती. पण सख्ख्या आईपेक्षा तो जास्त वेळ या अंबा मॉँच्याच सहवासात असायचा. तीच त्याला खाऊ-पिऊ घालायची. झोपवायची. आंघोळ....कपडे...सगळं तो तिच्याकडूनच करवून घ्यायचा. दालमियांशी भांडणं झाली, त्या रात्री मॉँनं त्याच्या वडिलांचा बेदम मार खाल्ला. त्या वेळी छोट्या पानचंदनं तिच्या दुखऱ्या शरीरावर मायेनं

हात फिरवला. बोबड्या शब्दांत तिची समजूत घातली. तेव्हापासून त्यांच्यातले पाश आणखीनच बळकट झाले होते. इतके की, अख्ख्या बोकाडिया घराण्यानं अंबा माँवर बहिष्कार घातला; पण पानचंदला तिच्यापासून तोडण्यात कोणालाच यश आलं नाही.

एका रात्री पानचंद अर्धवट झोपेत असताना अंबा माँला त्याच्या वडिलांनी उठवून नेलं. त्यांच्या बोलण्यात कसलातरी 'सोक्षमोक्ष' शब्द होता.

पानचंदला माँबरोबर बाहेर जायचं होतं; पण मोठ्या लोकांची बोलणी चाललेली असताना, लहान मुलांनी तिथे थांबण्याची बोकाडिया घराण्याची रीत नव्हती. आणि झोप त्याला वारंवार घेरत होती.

मीटिंगमध्ये नेमकं काय झालं...कोण, कोणाला रागावलं...पानचंदला कळू शकलं नाही. त्याला मध्येच कोणाचं तरी दबक्या, पण रागावलेल्या आवाजातलं बोलणं ऐकू यायचं. मध्येच माँ तोंड दाबून घुसमटल्यासारखं किंचाळल्याचा भास व्हायचा.

बऱ्याच वेळानं त्याला जाग आली, तेव्हा त्याचे वडील आणि काका....दोघं मिळून माँना त्याच्या शेजारी झोपवताना दिसले.

बास. सकाळी माँ उठलीच नाही. ती नंतर झोपेत गेली, का ती मेल्यानंतर तिला पानचंदशेजारी आणून ठेवलं गेलं...परमेश्वर जाणे!

ही माँ तर पानचंदला अजूनही आठवत होती. दालमियाँ कुटुंब मात्र आठवणीच्या विस्मृतीच्या पडद्याआड गेलं होतं.

बारा-तेरा वर्षांपूर्वी, धंद्यानिमित्ताने पानचंदचा दालमियांशी संबंध आला, तेव्हा त्या नावाने त्याच्या स्मृतिपटलावर थोडी टकटक केली, पण त्याला संदर्भ आठवेना. म्हणून सख्ख्या आईला...जिला तो दाई म्हणायचा..विचारलं, तर तिनं सगळे संदर्भ ताजेच करून दिले! त्यावेळी समजलं नव्हतं, तेही तिनं समजावून दिलं.

त्याच क्षणी पानचंदनं मनोमन प्रतिज्ञा केली...माझ्या अंबा माँला फसवून, तिला अकाली मृत्यूला कवटाळायला भाग पडणाऱ्या दालमियांचा हा वंशज! त्यांच्याच पद्धतीत मी त्याला धडा शिकवून बरबाद करीन, तरच

नावाचा पानचंद बोकाडिया!

आणि...बारा वर्षांच्या पद्धतशीर प्रयत्नानंतर आज पानचंद त्याच्या ध्येयापर्यंत पोचला होता!

बाली दालमिया आपल्या बेडरूममध्ये अस्वस्थपणे फेऱ्या घालत होता.

अपरात्र टळून, रात्र हळूहळू पहाटेकडे सरकू लागली, तरी बालीला अंथरुणावर पाठ टेकण्याची इच्छाही होत नव्हती. बारा-तेरा वर्षांपूर्वीचं आईचं बोलणं त्याला स्पष्टपणे आठवत होतं. त्यातला शब्दन् शब्द किती खरा होता, हे त्याला आता अनुभवाने पटत होतं.

बालीच्या दादांचं बाकी काहीही असो, त्यांची एक गोष्ट चांगली होती. तीच बालीमध्येही उतरली होती. धंदा तो एकटा करायचा. त्या संबंधीचे निर्णयही तोच घ्यायचा. पण घरी बायकांशी चर्चा करून करायचा. दिवसातल्या घडामोडी रात्री जेवताना त्यांना सांगायचा. त्याच्या मते यात एक फायदा नक्की होता, की यात अचानक काही झालं-तशी वेळ आलीच, तर घरातल्या बायकांना व्यवहार माहीत असतात. येणी-देणी माहीत असतात, कोण माणसं कशी आहेत, तेही समजतं. त्यामुळे कोणी स्त्रियांच्या अज्ञानाचा फायदा घेऊन त्यांना लुबाडू शकत नाही.

पानचंद बोकाडियाशी त्याचा परिचय झाला. ओळख वाढली...त्याच्याशी व्यवहार सुरू झाले, तेव्हा बालीनं घरात त्याच्याबद्दल सांगितलं. बोकाडिया हे नाव ऐकताच, आई सावध झाली. तिनं पानचंदबद्दल खोदून खोदून माहिती विचारली. मग अस्वस्थ होत, ती बालीला म्हणाली,

'या माणसापासून तू सावध रहा बाली! तो कधीतरी तुला गोत्यात आणेल!''

पानचंद रंगेल माणूस होता. त्याच्या कमाईतले थोडेफार पैसे बाई-बाटली, रेस...अशा करमणुकीवर उधळले जायचे. बालीला ते माहीत होतं. पण स्वत: बाली त्यात कधी अडकण्याची शक्यता नव्हती. त्यामुळे सावधगिरीचा प्रश्नच नव्हता. पानचंद बोकाडिया या माणसाला घरी बोलावण्याचा व्यापारी

वर्तुळात प्रघातच नव्हता! बालीही त्याला अपवाद नव्हता.

मग, सावध कशासाठी रहायचं?

बालीनं आईचा इशारा फारसा मनावर घेतला नाही. त्याच्या रंगेलपणामुळे आईनं तो दिला असेल, असं त्यानं गृहीत धरलं!

चारपाच वर्षं गेली. आणि बालीला आईच्या दूरदर्शीपणाचं पहिलं प्रत्यंतर मिळालं!

प्रताप हा बालीचा मोठा मुलगा. बापाच्या जोडीने त्यानं धंद्यात लक्ष घालायला सुरुवात केली होती. अर्थातच, बालीचे सगळे कॉन्टॅक्ट्स् त्याच्या संबंधात येणंही अपरिहार्य होतं. आणि बालीला नाही, पण प्रतापला नादी लावण्यात पानचंदनं यश मिळवलं होतं. हे लक्षात येईपर्यंत उशीरच झाला होता.

प्रताप दारू पितो...पानचंदच्या जोडीनं रेसकोर्सवर जातो...वगैरे बातम्या ऐकून बाली अस्वस्थ झाला होता. प्रतापला त्यानं वेळोवेळी इषारा दिला होता. झापलं होतं. आणि त्याच्याकडे लक्ष न देता, प्रताप हळूहळू पानचंदच्या आहारी जात होता.

याबाबत बालीनं पानचंदपाशीही नाराजी व्यक्त केली होती. पण दरवेळी, पानचंदनं बालीला उडवून लावलं होतं! 'जमाना कुठं चाललाय्, अन् तू कोणत्या युगात वावरतोस बाली?' म्हणून त्याची टिंगल केली होती. मुलं या वयात थोडी बहकणारच... उच्छृंखलपणा करणारच...अशी मनाची समजूत घालून बाली गप्प राहिला होता. प्रताप हा शेवटी आपला मुलगा आहे, आज ना उद्या तो वळणावर येईलच, अशी त्याला आशा होती.

तरी, खंत होतीच की, आपण सगळं करतो, धंद्यात ते बऱ्याचदा अपरिहार्य असतं; पण आपण कोणत्याही व्यसनात अडकलो नाही! समाजात आज आपली पत आहे. नाव आहे. इज्जत आहे. धंद्याव्यतिरिक्तचा वेळ आपण सामाजिक कार्याला देतो. ॲम्ब्युलन्स खरेदीसाठी आपण सेवाभावी संस्थांना पैसे देतो. रक्तदान-शिबिरांचं आयोजन करतो. एड्सविषयक जनजागृती व रोगग्रस्तांना मदत करणाऱ्या 'हीलिंग' चे तर आपणच अध्यक्ष आहोत! आणि असं असून, आपला मुलगा मात्र यात कुठेही न अडकता, वाईट

व्यसनाच्या जाळ्यात अडकावा...?

आईनं सावध केल्यामुळेही असेल कदाचित, बालीला पानचंदचं वागणं जरा संशयास्पद वाटू लागलं खरं! प्रतापला तो मुद्दाम वाईट मार्गाला लावतो आहे, असं त्याचं मत होऊ लागलं. पण असं का, ते बालीला कळेना.

बालीनं एकदा एकांतात आईला गाठलं. पानचंदचा विषय काढला.

"आई...पानचंदपासून सावध रहाण्याचा तू मला इषारा दिला होतास, तो योग्यच होता, असं मला वाटायला लागलंय!"

"तू तेव्हाच माझं ऐकलं असतंस, तर आज प्रतापची अधोगती उघड्या डोळ्यांनी पाहावी लागली नसती. अजून ऐक. अजून वेळ गेलेली नाही!"

"पानचंद प्रतापला जाणीवपूर्वक व्यसनाच्या जाळ्यात अडकतोय!"

आईनं भकासपणे होकारार्थी मान डोलावली.

"असं का पण...? आपल्या हातून पूर्वी बोकाडियांचं काहीतरी नुकसान झालंय का? त्या घराण्याविषयी तुला माहिती आहे. आणि पानचंदपासून सावध राहण्याचा तू सल्ला देतेस...तेव्हाच हा प्रश्न मी तुला विचारायला हवा होता!"

आई जरा वेळ गप्प बसली. मग, खिन्नपणे म्हणाली,

"बोकाडियांशी तुझा संबंध आला नसता, तर तुला मी हे कधीच सांगितलं नसतं, बाली! पण स्वत:च्या दिवंगत पतीबद्दल...स्वत:च्या मुलालाच हे सांगावं लागणं...हेच माझं दुर्भाग्य असावं. माझ्या पतीला मी वश करून ठेवू शकले नाही, याची ती परमेश्वरी शिक्षा असावी!"

"आई..." बाली चमकून म्हणाला, "काय सांगतेस तू हे!"

"होय. तुझे वडील बोकाडियाचें अपराधी होते, बाली!"

त्यावर त्याला आईशी जास्त बोलण्याची इच्छा नव्हती. पण तो नुसता भूतकाळ नव्हता. त्या काळाच्या सावल्या वर्तमानावर व्यापल्या होत्या. नि प्रतापच्या बरबादीच्या रूपाने त्याला भविष्यकाळही अंधारू पाहत होत्या. म्हणून बालीनं आईला पटवलं. आई साद्यंत बोलायला तयार झाली.

एका घटनेची ती दुसरी बाजू होती. वेगळं व्हर्जन होतं.

पानचंदच्या सावत्र आईला...अंबा माँला दादा दालमियांनी भ्रष्ट केलं, हे खरं होतं. तिला ताब्यात घेऊन, त्यांनी बोकाडियांकडून हवा तसा धंदा मिळवला होता. पण टाळी एका हाताने वाजली नव्हती. अंबा माँनं दादावर तितकंच प्रेम केलं होतं. घरातल्या नातेवाइकांसमोर ते कबूल करण्याचंही धाडस केलं होतं! त्याचा परिणाम म्हणून अंबेला प्राणांना मुकावं लागलं होतं.

सत्य समजताच बाली आधी अंतर्मुख झाला. त्याला हे पटलं, की चुकी कोणाची असो वा नसो, घडलं ते दोन्ही घराण्यांचे संबंध कायमचे तुटायला पुरेसं होतं. कशाला, हेच उलट घडलं असतं तरी, आपणही हेच केलं असतं! पण त्याचबरोबर हेही खरं, की आपण सूड घेण्याच्या हेतूनं पुन्हा संबंध प्रस्थापित केले नसते.

तसा विचार केला तर मागच्या पिढीनं ज्या चुका केल्या, त्यात पुढच्या पिढीचा काय दोष? त्यांना शिक्षा कोणत्या कारणासाठी? त्या विवक्षित घराण्यात जन्म घेतला, यासाठी?

आपल्याला तर हे आत्ता...आईनं सांगेपर्यंत माहीतही नव्हतं! प्रतापला अंबा माँ माहीत नाही...दादाजींनाही त्यानं पाहिलेलं नाही.

पानचंद प्रतापला व्यसनाधीन करून, सुडाचं समाधान कसं मिळवणार? दालमिया घराण्याचा एकमेव पुरुषवारस बरबाद केल्याने, बोकाडियांची 'तेव्हा' गेलेली इज्जत परत कशी येणार? मृत अंबा माँला न्याय कसा मिळणार?

दिवस-रात्र बाली त्या विचारांमध्ये हरवला होता. निरनिराळे अँगल्स तपासून पाहत होता. त्याच वेळी पानचंदला त्याच्या दुराग्रहापासून परावृत्त करण्याचे प्रयत्नही तो अपरोक्षपणे करीत होता.

आणि आता प्रताप पूर्णपणे पानचंदच्या कह्यात गेल्यावर-सत्य सामोरं आलं होतं! प्रतापनं, बालीच्या नकळत, पानचंदला हव्या तशा हुंड्या लिहून दिल्या होत्या. घराण्याचे वडिलोपार्जित दागदागिने त्याच्याकडे गहाण टाकले होते. राहत्या वाड्याची मालकी दुकानासकट लिहून दिली होती.

...हे सगळं पानचंदच्या तावडीतून सोडवायचं असेल, तर सात दिवसांत बालीला दहा कोटी रुपये उभे करणं आवश्यक होतं.

ते शक्य नसेल तर...

इथेच पानचंदचा खरा हेतू जाहीर झाला होता. बालीनं प्रतापच्या बायकोला एका रात्रीसाठी पानचंदकडे पाठवायचं होतं! सकाळी परत येताना ती सगळी कागदपत्रं घेऊन येणार होती.

विचार करण्यासाठी बालीनं सात दिवसांची मुदत मागून घेतली होती.

पानचंद आज विशेष खुशीत होता. दालमियाला दिलेली मुदत आज संध्याकाळी संपत होती. आणि अजून तरी बाली दालमिया त्या दृष्टीने काहीही हालचाल करू शकला नव्हता.

पानचंदला हे माहीतच होतं. दालमियांची बाजारातली पत केव्हाच संपुष्टात आली होती. प्रतापनंच ती घालवली होती. दहा कोटी ही रक्कम कोणीही दालमियाला त्याच्या शब्दाखातर देणार नव्हतं. काही तारण ठेवायचं, तर घरातले दागिने, सोनं...या मुलानं चोरून पानचंदकडेच कवडीमोलानं गहाण ठेवलेलं! राहतं घर आणि दुकानाची मालकी पण लिहून दिलेली!

बाली काय करू शकतो?

काहीही झालं तरी पानचंद दोन्ही बाजूंनी फायद्यातच होता.

बालीनं पैशाची व्यवस्था केली, तर गुंतवणुकीच्या पटीत परतफेड मिळणार होती.

बाली पैशांची व्यवस्था करू शकला नाही तर...

सोनं, दागिने, प्रॉपर्टी...किमान पंचवीस-तीस कोटी मालकीचे होणार होते किंवा...

दालमिया घराण्याची सून!

पानचंदकडे पैशाला तोटा नव्हता. दोन-पाच कोटींनी त्याला काही फरक पडला नसता. मागच्या पिढीतला सूड उगवण्याकरता, त्याला ती रक्कम मान्य होती.

म्हणूनच, बालीचे सर्व मार्ग बंद होऊन, त्यानं आपल्या सुनेला रात्री

त्याच्या प्रायव्हेट फ्लॅटवर पाठवावं, असं त्याला मनापासून वाटत होतं!

दिवसभर तो पेढीचे व्यवहार पाहत होता, पण त्याचं सगळं लक्ष बाली दालमियाच्या येण्याकडे लागलं होतं.

साडेसातच्या सुमाराला बाली नाही, पण त्याचा फोन मात्र आला!

''पानचंद,''

''हां, बोल दालमिया सेठ...तू काय निर्णय घेतला?''

''मला तीन महिन्यांची मुदत दे. मी तुझं सगळं कर्ज...''

''नाही. आणखी मुदत मी देऊ शकत नाही.''

''पण...''

''रोख दहा कोटी मोज...गहाणवट सोडवून घेऊन जा!''

''मी खूप प्रयत्न केले. पण...''

''मग, दुसरा मार्ग निवड! तुझी सून...काय नाव तिचं...मधुशलाका! तिला पाठव!''

''पानचंद, हे योग्य नाही. आज मी अडचणीत आहे. आणि तूच मला अडचणीत आणलं आहेस, हे तुलाही माहीत आहे.''

''तू फापटपसारा बोलूच नकोस. आज रात्री मधुशलाकाला पाठवतोस, का उद्या मी जप्तीच्या कारवाईला लागू...इतकंच सांग!''

पलीकडून बोलणं बंद झालं. पण फोन चालू राहिला. रिसिव्हरमधून बालीच्या हुंदक्यांचे आवाज ऐकू येत राहिले.

पानचंदच्या चेहऱ्यावर प्रसन्न हास्य फुललं.

''बाली...''

''हां...मी पुन्हा एकदा सांगतो पाना...हे चांगलं नाही! मागच्या पिढीतलं वैर ओढून-ताणून पुढच्या पिढीवर लादण्यात कोणाचंच भलं नाही.''

''ठीक आहे, पानचंद...'' बाली गदगदून रडत म्हणाला, ''तुझ्या मनासारखं होऊ दे!''

''मधुशलाकाला पाठवतोस?''

''..प...पाठवतो!''

''शाब्बास!'' गडगडून हसत पानचंद म्हणाला, ''ही ट्रॅन्झक्शन तुझ्या नक्की फायद्यात आहे.''

''पानचंद, तिच्याबरोबर माझा सेक्रेटरी असेल, रावळ. तू त्याला ओळखतोस!''

''त्याला मी ओळखतो. पण त्याचं तिथे काय काम?''

''गहाणवटीचे कागदपत्रं...दागिने...तू तयार ठेव. रावळ ते ताब्यात घेईल. तपासेल. नंतरच तो ते घेऊन निघून जाईल. मगच...मगच...''

''आलं लक्षात!'' पानचंद खुश होत म्हणाला, ''मला मान्य आहे.''

''तिला कुठे पाठवू?''

''सांगतो, घे लिहून...''

पानचंद सांगत असताना पलीकडून निल रिस्पॉन्स होता! बाली अतिशय कष्टी मनानं पानचंदच्या गुप्त फ्लॅटचा पत्ता समजून घेत असावा!

आजच्याइतकी प्रसन्न सकाळ पानचंदनं त्याच्या आयुष्यात कधी अनुभवली नव्हती!

काल संध्याकाळी फोन येऊन गेल्यावर, पेढी जुन्या विश्वासू नोकरावर सोपवून तो त्याच्या बेपत्ता फ्लॅटला आला होता. तिथूनच फोन करून त्यानं रात्री घरी येणार नसल्याचं कळवून टाकलं होतं. नंतर वेळ वाया जायला नको, म्हणून समोरच्या रेस्टॉरन्टमध्ये फोन करून, अगदी रेलचेल खाद्यपदार्थ मागवून घेतले होते. साडेआठला करण्यासारखं सगळं संपवून तो मधुशलाकाची वाट पाहू लागला होता...येते का नाही?

अंहं, असं होणार नाही. ती तयार झाली, म्हणूनच बालीनं फोन केला असेल, ना! येईल. येतच असेल.

बरोबर नऊच्या सुमारास अपार्टमेंटसमोर टॅक्सी उभी राहिली, तसा पानचंद उत्साहाने सळसळला. मधुशलाका...इतकं सुंदर नाव असलेली ही तरुणी कशी दिसत असेल, म्हणून त्याची उत्सुकता शिगेला पोहोचली. पानचंदला दालमियांच्या घरी जाण्याचा प्रसंगच आलेला नसल्याने मधुशलाकाला त्यानं पाहिलं नव्हतं. पण तिच्या सौंदर्याबाबत ऐकलं मात्र नक्की होतं.

दारावरची बेल वाजताच, वयाला नि शरीराला न शोभणाऱ्या लपकदिशी

पुढे होत, त्यानं दार उघडलं.

"सेठ पानचंद बोकाडिया...?"

"हां. तुम्ही बाली दालमियांकडून आलात?"

"होय."

"मधुशलाका कुठे आहे?"

त्याच्या प्रश्नासरशी, जिन्यात मागे थांबलेली तरुणी संथपणे वर आली. पानचंदकडे न पाहता, हात जोडून, खाली मान घालून उभी राहिली.

"या, आत या!" तिचा फॉर्म पाहून कळवळत, पानचंद म्हणाला, "बसा."

"मला उलटपावली परत येण्याचा हुकूम आहे. कागदपत्र वगैरे सगळं तयार आहेत?"

"हां..."

पानचंदनं घाईघाईनं आतली सुटकेस आणली. बालीच्या माणसासमोर उघडून धरली.

"पाहून घ्या."

त्या माणसानं येताना यादी आणली होती. त्यानुसार आयटेम्स चेक करून होताच, त्यानं होकारार्थी मान डोलावली.

"गहाणवट रद्द झाल्याचंही माझ्या सहीचं पत्र आहे."

"होय. आभारी आहे. मी...मी निघतो!"

"बराय! बालीला म्हणावं, काळजी करू नको. तुझी सून मला." तो चुकून पुढे 'मुलीसारखी आहे!' म्हणून जाणार होता. थांबला.

"सांगतो."

तो माणूस निघून गेला आणि...आहाहा!

आतादेखील मधुशलाकाचा धुंद सहवास आठवताना, पानचंदला मोहरायला होत होतं!

साला, इतकी सुंदर बायको त्या प्रतापला मिळाली, अन् हा व्यसनांमध्ये रमतोच कसा?

आपण दर दोन तासांनी पेढीवरून घरी पळून आलो असतो.

पानचंदची सारी रात्र मनाजोगी गेली होती. मनाला प्रचंड शांती मिळाली होती. रिलॅक्स मूडमध्ये पेढीला दांडी मारून तो फ्लॅटवरच थांबला होता. जागोजागी मधुशलाकाचे स्पर्श होते. आठवणी होत्या. त्या आठवून त्याला पुन:प्रत्ययाचा आनंद मिळत होता.

दुपारी बाराच्या सुमाराला फोनची रिंग वाजली. पानचंदनं रिसीव्हर उचलला.

''पानचंद...?''

''हां...?''

''बाली दालमिया.''

''आवाज ओळखला मी. बोल. सगळी कागदपत्रं मिळाली?''

''मिळाली. धन्यवाद!''

''धन्यवाद कशाचे? तो एक सौदा होता. बास. दागिने सगळे जिथल्या तिथे आहेत ना?''

''आहेत.''

''हे सांगायलाच फोन केला होतास का?''

''...नाही! आणखीही काही सांगायचं आहे!''

''सांग ना! मी आज फार खुशीत आहे. तुझी सून...मधुशलाका...''

''ती खुशीत आहे, पण तुझ्या खुशीचा कालचा शेवटचा दिवस होता, हे सांगताना मात्र मला दु:ख होतंय!''

''अं...काय, काय म्हणालास?''

''नीट, कान उघडे ठेवून ऐक, पानचंद...या दुराग्रहापासून मी तुला परावृत्त करण्याचा प्रयत्न करीत होतो, ते तुझ्या भल्यासाठी, माझ्या नाही!''

''तू कोड्यात का बोलतोयस बाली?''

''बारा वर्षांपूर्वी तू माझ्याशी संपर्कात आलास. व्यापारी संबंध वाढवलेस. ते मैत्रीच्या पातळीवर नेलेस. तेव्हा मी खरंच इनोसन्ट होतो. तुला मागल्या पिढीतली जी घटना माहीत होती...जिचा सूड उगवण्याकरिता तू माझ्या मुलाला जाळ्यात ओढत होतास, ती मला माहीत पण नव्हती! पण तू एक गोष्ट विसरलास. त्या पिढीचा साक्षीदार...माझी आई जिवंत होती. दालमिया

घराणं बोकाडिया घराण्याशी पुन्हा संपर्कात येतंय म्हटल्यावर, आज ना उद्या त्या काळातली अप्रिय घटना मला सांगणं अपरिहार्यच होतं.''

''तर मग, मी तुझ्या मागे का लागलो आहे, तुला माहीत होतं!''

''होय. आईनं मला आधी नुसतं सावध राहण्याबद्दल इशारा दिला होता. प्रताप तुझ्या नादी लागतोय म्हणण्यापेक्षा तू त्याला जाणीवपूर्वक वाईट मार्गाला लावतोयस, हे लक्षात येताच, मी प्रयत्नपूर्वक त्यामागच्या मूळ कारणापर्यंत पोचलो होतो. तुझ्या रंगेल नि रगेल स्वभावाचा अभ्यास करून तुझा सूड कुठे पूर्ण होईल, याचाही मी अचूक अंदाज बांधला होता.

''म्हणूनच, या सूडापासून तुला परावृत्त करण्यासाठी मनापासून प्रयत्न करीत असतानाच, ही वेळ आलीच तर तयार असावं, म्हणून माझी मोर्चेबांधणीही चालू होती.''

''बास्टर्ड! यू डिसीव्हड मी!''

''नेव्हर! तुझी फसवणूक करावी, अशी माझी कधीच इच्छा नव्हती. तुझ्या खेळीपासून स्वत:चा मी बचाव करत असताना तुझा तूच फसलास.''

''हा फक्त शब्दखेळ आहे!''

''नाही. तू नीट आठव. मागच्या पिढीतलं वैर पुढच्या पिढीत येऊ नये असं मी तुला अनेकदा सूचित केलं होतं. आपल्या पिढ्या व्यापारी पिढ्या आहेत पानचंद, गॅंगस्टर्सच्या नाहीत. मागच्या पिढीत माझ्या वडिलांनी तुझ्या सावत्र आईला बरबाद केलं, म्हणून या पिढीत तू माझ्या सुनेला किंवा मुलीला नासवायचं; त्याचा सूड म्हणून माझ्या पुढच्या पिढीनं...याला काय अर्थ आहे पानचंद? आपलं वैर मी आपल्याच पिढीत मिटवायचं ठरवलंय!''

''कम टु द पॉइंट, यू बिच!''

''मी तुझ्याकडेच येतो आहे. जरा दमानं घे. हं...तर, मला सांगायला आनंद वाटतो, पानचंद...सात वर्षांपूर्वीच प्रताप तुझ्या हातातून निसटला होता! नंतर...मी त्याला वस्तुस्थिती समजावून सांगितल्यावर...तो फक्त माझ्या सांगण्यानुसार वागत होता!''

''ती...ती गहाणपत्रं...तू...तू...''

''मीच! आता तुला सांगतो. त्या गहाणपत्रांचा तुला काहीही उपयोग

झाला नसता! कारण, या क्षणी माझी सगळी इस्टेट माझी मुलगी सौदामिनी हिच्या नावावर आहे.''

''ओ गॉड! प्रताप तुझा वारसच नाही?''

''नव्हता. आता पुन्हा होईल!''

''फार मोठी खेळी खेळलास बाली तू!''

''मला याहूनही मोठी खेळी खेळावी लागलीय! तीच सांगण्याकरता मी हा फोन केलाय!''

''कोणती...?''

''ऑबव्हिअसली, तू प्रतापच्या थ्रू सौदामिनी किंवा मधुशलाकाची मागणी करणार, हे मी ओळखलं होतं. तुला आठवतं...सातआठ वर्षांपूर्वीच मी 'हीलिंग' या संस्थेचा सक्रिय सभासद झालो. आता तर गेली तीन वर्षं या 'हीलिंग' चा अध्यक्षच आहे!''

''हीलिंग' चा इथे काय संबंध?''

''आहे. 'हीलिंग' एड्सच्या रुग्णांसाठीही काम करते, हे विसरतोयस तू!''

''ए...एड्स? अरे, तू नक्की काय केलंस?''

''नाउ, यू गॉट इट! पानचंद तुझ्याकडे आलेली तरुणी 'मधुशलाका' नव्हती, इतकंच मी तुला खात्रीने सांगतो! नाउ, गुड बाय!''

पानचंद जोरजोरात आरडाओरडा करीत असतानाच बालीनं फोन डिस्कनेक्ट केला. तो प्रतापकडे पाहून हसला.

''पप्पा, मला वाटतं, खरंच अशा लंपट माणसाकडे एड्स झालेल्या स्त्रिया-''

''नाही प्रताप! पानचंद आता डॉक्टरकडे जाईल. तिथे त्याला कळेल, की आठ ते दहा वर्षं...हा एका सदोष संभोगापासून एड्सची लागण होण्याचा कालावधी असतो...! आता पुन्हा असे विवाहबाह्य संबंध तो ठेवणारच नाही! आणि दहा वर्ष एड्सच्या भीतीखाली जगत राहणं...त्याच्या अपराधाला इतकी शिक्षा पुरे आहे.''

❑❑❑

पद्धतशीर

कुंदन गुजराथी हा तरुण जातीने गुजराथी; हिन्दी वाचन; शिक्षण इंग्रजी माध्यमातून; आणि वास्तव्य पुण्यात! या परिस्थितीचा फायदा म्हणून त्याला या चारही भाषा फार सफाईने अवगत होत्या. मराठी भाषेवर तर त्याचं असामान्य प्रभुत्व होतं.

कुंदनच्या घराण्यात कापडविक्री हा व्यवसाय पिढ्यान् पिढ्या चालत आलेला. त्याचे दोन भाऊदेखील याच व्यवसायात. पण काय असेल ते असो, वडिलांच्या कारकिर्दीत या व्यापारात जी बरकत होती, ती त्यांच्या पश्चात् उरली नव्हती. दोघं भाऊ कसेबसे चरितार्थापुरता पैसा मिळवू शकायचे.

कुंदनचं शिक्षण पूर्ण झाल्यावर, त्यानंही याच व्यवसायात आपलं नशीब अजमावून पाहावं, अशी त्याच्या दोन्ही भावांची इच्छा होती. पण कुंदनला मात्र त्यात काडीचंही स्वारस्य नव्हतं. दोघा भावांप्रमाणे अहोरात्र कष्ट उपसून, पोटापाण्यापुरता पैसा मिळवण्याची त्याची इच्छा नव्हती. त्याच्या स्वभावातच ते बसत नव्हतं. आणि नोकरी त्यांच्या सात पिढ्यांमध्ये कोणी केली नव्हती.

कुंदन हिकमती, हुषार, आणि आळशी.

कमी कष्टांत, घरबसल्या, बऱ्यापैकी पैसे मिळवून देणारा धंदा त्याला हवा होता.

असा धंदा कोणता?

कुंदननं डोळे आणि कान उघडे ठेवले, मेंदूला जरा कष्ट दिले आणि

त्याला आपला व्यवसाय सापडला!

मराठी रहस्यकथा-लेखन!

मानधन म्हणून एका रहस्यकथेला फार पैसे मिळत नसले, तरी त्या काळात रहस्यकथांची चांगलीच चलती होती. कोणाही सोम्या-गोम्यानं 'रहस्यकथा' म्हणून काहीही लिहिलं, तरी ते खपत होतं. त्यासाठी तीत अफलातून डोकं चालवण्याची, वा रहस्य असण्याचीही आवश्यकता नव्हती. अशा रहस्यकथा लिहिण्यासाठी कुंदनला मुळीच कष्ट घ्यावे लागणार नव्हते. त्याचं इंग्रजी आणि हिन्दी रहस्यकथांचं वाचन भरपूर होतं, नि दरमहा दहा-बारा 'अशा' कथा हातावेगळ्या करण्याचा स्टॅमिना नि जिद्दही त्याच्यापाशी होती.

गुजराथी बंधूंनी त्याच्या या व्यवसायाला कडाडून विरोध केला. त्याच्या समाजानं त्याला समजावून पाहिलं. पण कुंदनच्या डोक्यात 'रहस्यकथा' अशी फिट बसली होती, की सगळ्या अडथळ्यांना मोडून-तोडून, त्यानं या व्यवसायाकडेच आपलं लक्ष केन्द्रित केलं.

अर्थात, त्याला त्यात फार सहजासहजी प्रवेश मिळाला, असं नाही. कथा परत येणं, 'उपकार' म्हणून विनामोबदला कथा छापली जाणं, कबूल केलेलं मानधन न मिळणं...वगैरे प्रकार नव्या रहस्यकथा-लेखकाप्रमाणे त्याच्याही वाट्याला आले; पण या कॅटॅगरीत तो फार काळ राहिला नाही. सातत्याने भरपूर रहस्यकथा लिहून–त्यात इंग्रजी आणि हिन्दीतले विविध प्रयोग करून–कुंदननं आपल्या रहस्यकथांसाठी अचूक स्थान निर्माण केलं. लवकरच त्याची गणना लोकप्रिय रहस्यकथा लेखकांमध्ये होऊ लागली. समस्त मराठी रहस्यकथाप्रकाशक त्याच्या रहस्यकथा मिळवण्यासाठी रोख पैसे नि चेक्स घेऊन त्याच्या मागे धावू लागले.

या परिस्थितीचा फायदा घेणार नाही, तो 'गुजराथी' कसला?

कुंदननं आपली चलती ओळखून, आपला भरपूर फायदा करून घेतला. पैसे घेऊन रपारपा लिहून द्यायचा. व्यवहार मोकळा करायचा.

पाहता-पाहता, कुंदननं तीन वर्षात साडेतीन-चारशे रहस्यकथा लिहिल्या. त्याच्या प्रकाशकांना काय मिळालं असेल/नसेल ते त्यांच्यापाशी; कुंदनला मात्र दोन-तीन लाख मिळून गेले!

कुंदनचं कॉम्बिनेशनच अजब!

व्यवसाय मराठी रहस्यकथा-लेखनाचा,संबंध सगळे,मराठी माणसांशी, धंद्याची पॉलिसी मात्र गुजराथी!

आपल्याला काय हवं आहे? पैसा, की नाव?

पैसा! तो मिळत असताना, जोडीनं आपोआप नाव होत असेल, तर हरकत नाही! पण पैसा महत्त्वाचा. जे काही करायचं ते पैशासाठी.

या तीन वर्षांत 'कुंदन गुजराथी' या नावे जितक्या रहस्यकथा जमा झाल्या, त्याच्या निम्म्याने तरी त्या वेगवेगळ्या नावे जमा झाल्या! त्यांनी त्याला ब्लॅकच्या नावात खरा पैसा मिळवून दिला.

ही चार-पाच वर्षं म्हणजे कुंदनच्या आयुष्यातलं सुवर्ण-पर्व. याच काळात त्यानं नारायण पेठेत चार खोल्यांचा ब्लॉक घेतला. ब्लॉकमध्ये टी. व्ही., फ्रीजपासून सगळ्या वस्तू जमा झाल्या. पार्किंग लॉटला बजाज चेतक दिमाखात उभी राहिली. त्याच्या लेखनावर नि नंतर त्याच्यावर फिदा झालेली विद्यागौरी देशमुख नावाची तरुणी आंतरजातीय विवाहातले सगळे धोके मान्य करून सौ. कुंदन गुजराथी बनून त्याच्या संपूर्ण सेवेस हजर झाली.

आणि त्याच वेळी मराठी रहस्यकथेचा पडता कालखंड सुरू झाला. इतरांच्या आधी तो कुंदनच्या लक्षात आला. त्याला झळ पोचू लागली.

आणखी फारतर दोन वर्षं! नंतर काय?

या दोन वर्षात कुंदननं झपाट्यानं लिहून मॅक्झिमम हात मारून घेतलाच. काळाची पावलं ओळखून, भावी आयुष्याची तरतूद करायला तो विसरला नाही!

इथे, त्याच्या जोडीनं विद्यागौरी त्याच्या उपयोगी पडली. आपण सौ. गुजराथी होण्यास अत्यंत लायक होतो, हे तिनं सिद्ध करून दाखवलं!

दिवस नेहमीप्रमाणेच सुरू झालेला. म्हणजे, सूर्य पूर्वेलाच उगवलेला....वगैरे. पण कुंदनच्या आयुष्यातला मात्र तो फार वेगळा, आणि महत्वाचा दिवस होता.

त्याचं काय, की–

कुंदन गुजराथी रहस्यकथा, नि फक्त रहस्यकथाच लिहायचा. त्या छानच असायच्या. शेवटपर्यन्त वाचकाला खिळवून ठेवायच्या. म्हणूनच, सर्व प्रतिस्पर्ध्यांना मागे टाकून कुंदन अल्पावधीत वाचकप्रियतेच्या शिखरावर पोचला होता. टिकूनही होता. पण...

'लेखक' म्हणून आपल्याला मान्यता नाही, ही गोष्ट कुंदनला कुठेतरी बोचत होती. आपण इतकं चांगलं लिहूनही आपल्याला साहित्यिक सभासंमेलनांना बोलवलं जात नाही, आपली दखल घेतली जात नाही, वृत्तपत्रे आपली मुलाखत घेत नाहीत. टी.व्ही. आणि रेडिओवर इतके रटाळ, भिकार कार्यक्रम होतात; त्यापेक्षा आपण किती तरी पटीने चांगली कथा सांगू शकू, पण या माध्यमापर्यन्त आपलं नावही पोचत नाही...

गेल्या दीड-दोन वर्षांत कुंदनची लोकप्रियता कल्पनातीत आटली होती, आणि त्याची नाराजीही. आपल्या समव्यवसायी लेखकमित्रांशी गप्पा मारताना, प्रकाशनांच्या कार्यालयात, वाचनालय-संचालकांपाशी, भेटायला आलेल्या वाचकांशी मुलाखतवजा बोलताना...इतकंच काय, पण अपार्टमेन्टमधल्या इतर सभासदांपाशी, वा कॉर्नरच्या पानवाल्यालाही त्यानं आपली मळमळ बोलून दाखवली होती!

आणि, या पार्श्वभूमीवर, आजची सकाळ! त्याच्या तक्रारीची दखल घेणारी! कुंदन गुजराथीच्या नावे चक्क मुंबई दूरदर्शन केन्द्राची तार!

आपल्या रहस्यकथा-कथनाचा एक आगळा कार्यक्रम आमच्या अमुक कार्यक्रमात आम्ही आयोजित केला आहे. दिनांक अमुक रोजी कथेचे रेकॉर्डिंग होईल. रिहर्सलसाठी आधीच्या दिवशी दुपारी दोन वाजता केन्द्रावर श्री. अमक्यांना भेटावे– असा आशय.

कुंदन खुष!

तो खुष म्हणून विद्यागौरीपण खुष की, दूरदर्शन केन्द्राला शेवटी कुंदनची दखल घ्यावी लागलीच की नाही!

ती तार घेऊन ज्याला-त्याला दाखवत कुंदन अर्धा दिवस पुण्यात भटकला असेल!

जोडीला विद्यागौरी.

अक्षरश: निम्म्या पुण्याला ही बातमी समजली असावी.

थेट–प्रकाशनं, वाचनालयं...ते भांडीवाली, पानवाली...!

आणि, अशा प्रकारे, चार दिवस आधीपासूनच वाजत-गाजत असलेला 'तो' दिवस उजाडला...!

आज दुपारी दोन वाजता दूरदर्शन केन्द्रावर रिहर्सल!

सकाळी 'सिंहगड' ने निघालं, तरी नऊ पन्नासला दादर.

प्रकाशक-विक्रेत्यांच्या गाठी-भेटी. जेवण.

दीड वाजता टॅक्सी केली, तरी रिहर्सलच्या आधी दहा मिनिटं दूरदर्शन केन्द्रावर हजर!

कुंदन त्या दिवशी पहाटे अजिबात कटकट न करता, पहिल्या हाकेला वगैरे उठला. त्याच्या जिवंत हालचालींनी नि उत्साही बडबडीनं अपार्टमेन्टला जाग आली.

'सिंहगड' गाठण्यासाठी कुंदन, आणि त्याला बेस्ट लक द्यायला म्हणून विद्यागौरी–असे दोघं रिक्शाने स्टेशनच्या दिशेनं रवाना झाले. सारं अपार्टमेन्ट बाल्कन्या नि खिडक्यांपाशी गोळा झालं होतं!

दोन दिवस विद्यागौरी नुसती हवेत तरंगत होती.

विचार करायला, नि बोलायला–

दुसरा विषय नाही.

कुंदन नि त्याचं लेखन. कुंदन नि त्याची वाचकप्रियता. कुंदन नि त्याचा टी.व्ही. वरचा कथा-कथनाचा कार्यक्रम.

आज रिहर्सल.

आत्ता तो प्रोग्रॅम-ॲरेंजरशी कथेवर चर्चा करीत असेल.

चार-पाच कथांपैकी कोणती निवडली असेल?

ती अमकी छान आहे, पण बरीच मोठी आहे...अमकीत भुताटकी आहे, म्हणजे ती नाहीच...'बिनशर्त' किंवा 'दुसरा परिचय' सांगितली तर मस्त वाटेल, ना हो?

काल रिहर्सल झालीसुद्धा असेल!

आज रेकॉर्डिंग ना!
दुपारी चारपर्यन्त उरकेल, म्हणाला होता.
एशियाड मिळाली तर साडे-आठ-नऊ-फार तर दहा!
वाट पाहून विद्यागौरी रात्री अकराला जेवली.
रात्रीचा कंटाळा केला असेल...येईल उद्या सकाळी.
डेक्कन एक्सप्रेसची वेळ टळून गेली.
आले का, गुजराथी आले?
नाही हो!
येतील! त्यांना सकाळी जाग येणं, नि पहिली ट्रेन मिळणं...
मद्रास गेली!
मिरज...उद्यान...
अंहं!

सगळ्या वेळा टळल्या–एस.टी/एशियाडची वाट पाहून विद्यागौरी थकली.

कुंदनचा पत्ता नाही!
दिवसभर कोणी ना कोणी भेटायला-विचारायला येतंय्–
रात्री आसपासचे फ्लॅटवाले!
कारण, या दोघांचे सगळ्यांशीच घरोब्याचे संबंध.
काय गं विद्या, आला नाही?

काही कारणारने रेकॉर्डिंग एखादा दिवस पुढे ढकललं असेल...येईल उद्या!

इतरांना म्हणायला सोपं असतं; बायकोला काळजी वाटणारच की!
नाही, पण–
बेजबाबदारपणाचा न् निष्काळजीपणाचा कळस झाला हं हा!
समजा, रेकॉर्डिंग पोस्टपोन् झालं...
पुण्याला निघून यायचं.
चार तासांचा तर प्रवास!–जाता आलं नसतं का?
आणि...

कुठे राहणार हा? काय करणार?

राहावं लागलंच समजा, काही कारणाने...

भिंग्यांकडे फोन लावून निरोप नाही का कळवता येत?

एस.टी.डी.ची सोय आहे ना चांगली मुंबईहून! हो ना हो, भिंगे-?

–सारी रात्र विद्यागौरीनं मिसेस् भिंगे अन् नाईकांच्या सोबतीनं काळजीत घालवली.

कुंदनच्या स्वभावाशी हा बेजबाबदारपणा विसंगत आहे. परस्पर कुठे जावं लागणार असेल,तर कसंही करून घरी निरोप पोचता करण्याचा स्वभाव ह्याचा...

नाही, असं होणारच नाही!

विद्यागौरीच्या मनात वाईट-साईट शंका जोर धरू लागल्या.

सकाळी-सकाळी ती मिस्टर भिंग्यांकडे गेली.

दहा-पाच मिनिटं शक्यतांवर विचार-विनिमय. चर्चा.

शेवटी, विद्यागौरीनं सुचवलं–

आपण मुंबई दूरदर्शन केन्द्राला फोन लावू, तिथे काहीतरी माहिती मिळेल.

भिंग्यांनी तातडीने एनक्वायरीला फोन लावून दूरदर्शन केन्द्राचे नंबर्स मिळवले.

त्यांची बोटं डायल फिरवू लागली...

पी.एस.आय. कदम क्षणभर चक्रावूनच गेले. त्यांनी हातातल्या कागदावरला मजकूर पुन्हा एकदा वाचला. अर्थात ते वाचणं फक्त आकलनापुरतं होतं. व्यक्ती वा शोधाच्या वगैरे दृष्टीने काही उपयोग नव्हता.

कोणा डोकेबाज माणसानं वृत्तपत्रातली अक्षरं कापून, ती हव्या त्या पद्धतीने कागदावर पेस्ट करून, तो खणखणीत मजकूर तयार केला होता. त्याचा आशय थोडक्यात असा होता–

या कोणा 'एक्स' नं सुप्रसिद्ध लेखक श्री. कुंदन गुजराथी ह्यांना वरळीच्या टी.व्ही. सेन्टरपाशी ताब्यात घेऊन पळवलं होतं. श्री. गुजराथी

त्याच्या ताब्यात अजून तरी सुखरूप होते. आणि त्यांच्या सुटकेसाठी त्याला एक लाख रुपयांची खंडणी हवी होती!

खंडणीबाबतही अगदी व्यवस्थित सूचना होत्या.

सौ.विद्यागौरी गुजराथींना पोलिसात जायचं नव्हतं.

पत्र मिळाल्यापासून सात दिवसांत त्यांना ही रक्कम उभी करायची होती.

सातव्या दिवशी त्यांना एका काळ्या रंगाच्या ब्रीफकेसमध्ये ही रक्कम भरून डेक्कन क्वीन गाठायची होती.

मुंबईकडे जाताना, खंडाळ्यापासून पाचवा बोगदा. या बोगद्याच्या सुरुवातीलाच डाव्या बाजूला लाल शाल पांघरलेला एक माणूस दिसणार होता. सौ.गुजराथींनी ही ब्रीफकेस त्याच्या अंगावर फेकायची होती.

या माणसाला काही धोका झाला नाही, नोटांचे नंबर्स टिपलेले नसतील, तर दुसऱ्या दिवशी श्री.कुंदन गुजराथींना सोडून देण्यात येईल. नाहीतर...

पी.एस.आय.कदमांनी तो मजकूर काळजीपूर्वक वाचला. समोर बसलेल्या विद्यागौरीकडे पाहिलं.

"कुंदन गुजराथी म्हणजे...तेच ना"–कदमांनी खात्री करून घेण्यासाठी विचारलं, "परवा रेकॉर्डिंगसाठी..."

"होय. पण ती तार चक्क खोटी नि दिशाभूल करणारी होती. आम्ही मुंबई दूरदर्शनला फोन लावून चौकशी केली. ते म्हणतात, त्यांनी गुजराथींचा कोणताच कार्यक्रम घेतलेला नाही, आणि त्यांना रेकॉर्डिंगसाठीही बोलावलेलं नाही!"

"ह्या सूचना तुम्हाला डाकेनं मिळाल्या?"

"हो. आज सकाळीच मी भिंग्यांकडून टी.व्ही सेन्टरला फोन लावून घरी परत आले, तेव्हा हे पाकीट आमच्या दारात पडलं होतं!"

"तुम्ही लगेच पोलिसात आलात, हे फार चांगलं केलंत!"

"ते अजून ठरायचं आहे! त्या कोणा मेल्या 'एक्स' नं मला तसं न करण्याविषयी बजावलं आहे, आणि त्याची सूचना धुडकावून मी तुमच्याकडे

आले आहे. कारण, खंडणी म्हणून देण्यासाठी माझ्याकडे एक लाख रुपये नाहीत! दोन-तीन दिवसांत तुम्ही श्री. गुजराथींना शोधून काढू शकलात तर ठीक आहे; नाहीतर मला काहीतरी करावंच लागेल. लाख रुपयांपेक्षा मला नवरा नक्कीच जास्त प्रिय आहे!''

पी.एस.आय कदमांनी विद्यागौरीची हकिकत पुन:पुन्हा काळजीपूर्वक ऐकून घेतली. मग तिची रीतसर लेखी कम्प्लेंट नोंदवून घेतली. सगळे सोपस्कार पार पडल्यावर त्यांनी तिला धीराच्या चार गोष्टी सांगितल्या. ती जाताच ते आपल्या कामाला लागले.

दुसऱ्या दिवशी झाडून सगळ्या वर्तमानपत्रांमधून ती बातमी प्रामुख्याने कुंदनच्या हसऱ्या फोटोसकट झळकली–

'सुप्रसिद्ध रहस्यकथालेखक श्री. कुंदन गुजराथी ह्यांचे अपहरण–रहस्यमय 'एक्स' ची एक लाख रुपये खंडणीची मागणी...!'

पुणं, आणि पुण्यापेक्षाही, जास्त करून, मुंबईचं पोलिसखातं या अपहरण प्रकरणामुळे जास्त ढवळून निघालं! कारण, कुंदन गुजराथी हा तरुण लेखक फारच लोकप्रिय होता, नि तो पुण्याचा असला तरी प्रत्यक्ष अपहरण मुंबईत झालं होतं! झाडून साऱ्या वृत्तपत्रांमधून या अपहरणाच्या संदर्भात बातम्या आल्याने, वृत्तपत्रं आणि खासगी वाचकांनी चौकशांच्या फोन्सचा भडिमार केला होता. भरीस भर म्हणून दूरदर्शन केन्द्रानंही एक दिवस मराठी बातम्यांमध्ये कुंदनचा फोटो दाखवून, अग्रक्रमाने अपहरणाची माहिती दिली होती. दुसऱ्या दिवशीच्या बातम्यांमधून, गुजराथींचा अजून थांगपत्ता लागलेला नसून, पोलीस कसोशीने प्रयत्न करीत आहेत, असंही श्रोत्यांच्या निदर्शनास आणून दिलं होतं.(हे सांगत असताना निवेदिका अनावश्यकरीत्या कॅमेऱ्याकडे पाहून गालातल्या गालात कुत्सितपणे हसायला विसरली नव्हती!)

पण पोलीस सेकंदाकरताही स्वस्थ बसलेले नव्हते. हा शोध म्हणजे आव्हानच मानून त्यांनी शब्दश: जिवाचं रान केलं होतं, हे मात्र खरं!

ते तरी काय करू शकणार?

'ती' तार दूरदर्शन केन्द्रानं पाठवलेली नव्हती, याची पक्की चौकशी

केली.

गेटमनचा जबाब घेतला. तिथलं रजिस्टर चेक केलं.

तारेचा कागद कुंदनच्या बरोबर.

तरी, यंत्रणा राबवून, महत् प्रयासानं, खात्यानं हे शोधून काढलं, की तार व्ही.टी. च्या सी.टी.ओ-मधून करण्यात आली होती! पण, एका ड्यूटीत काउन्टरचा माणूस शेकड्यांनी तारा स्वीकारणारा! चेहराच काय, तार करणारी व्यक्ती स्त्री होती का पुरुष, तो कसा काय शपथेवर सांगू शकणार?

शोधाची एक दिशा मात्र मिळाली होती, आणि खातं वेगवानपणे त्या दिशेनं प्रयत्नशील होतं.

'ते' खंडणीच्या मागणीचं पत्र!–म्हणजे, ॲक्चुअली, ते पाकीट! त्यावरचा पोस्टाचा शिक्का!

लाखो शिक्के तपासले असता, एखाद्या पत्र/पाकिटावर जो व्यवस्थितपणे वाचता येणार–इंग्रजी तीन, का पाच- का आठ- असा संभ्रम पडू न देणारा शिक्का सापडतो, तो चक्क या पाकिटावर होता!

त्यातून, हा तर इतका प्रिन्टेड असल्यासारखा ठळक नि स्पष्ट होता, की 'मुंबई ४०००११' असं वाचताना खुद्द पोलीस कमिशनरही गहिवरू शकले असते!

जेकब सर्कल विभाग!

हे एकदा कळाल्यावर त्या एरियातल्या चौकींच्या मदतीने खातं तपासाला लागलं होतं.

याच एरियातून हे पत्र पोस्ट करण्यात आलं आहे; त्याअर्थी, गुन्हेगार याच भागातला आहे, नि कुंदन गुजराथींना याच भागात कुठेतरी डांबून ठेवलेलं आहे.

मग–

खास करून, अपहरण वा तत्सम गुन्हे करणारे गुन्हेगार कोण-कोण?

त्यातले 'आत' असतील, ते वगळा.

'बाहेर' पैकी या चार-पाच दिवसांत मुंबईत नाहीतच, ते सोडा. मुंबईत आहेत, नि ज्यांना संधी आहे, असे किती आहेस?

आणा पकडून भडव्यांना–घ्या आत! घाला टायरमधे–करा फुटबॉल!

आणि हे सगळं अवघ्या छत्तीस ते अठ्ठेचाळीस तासात हं! महिनाभराचा वगैरे कार्यक्रम नाही हा!

मुंबई पोलीस असे जंग-जंग पछाडतायत्, नि तपास मात्र तसूभर पुढे सरकायला तयार नाही!

खातं जाम हैराण! त्या 'एक्स्' च्या नावाने दर मिनिटाला साडेवीस शिव्या घालतंय्!

आणि, पुणे पोलिसांच्या मागे हे शोधाचं लफडं नाही, तर वेगळाच ससेमिरा लागला! त्यांची परिस्थिती मुंबई पोलिसांहून अवघड!

काय व्हायचं–

विद्यागौरीला सतत कोणी ना कोणी भेटायला यायचं–पत्र नि फोन्स यायचे, त्यातही कुंदनबद्दल चौकशी, नि काळजी!

व्यक्तीनुसार मतं बदलतील, हेही एकवेळ ठीक, पण तिला भेटायला आलेली माणसंच एकूण प्रकरणाबद्दल इतकी द्विधा मन:स्थितीत असायची, की ती पोलिसात गेली हे योग्य झालं, असं सांगून, नंतर, हल्ली पोलीस कसे कुचकामी झालेत, अन् त्यांचे खिसे गरम झाल्याशिवाय ते कसं काम करीत, नाहीत...याचीही उदाहरणं द्यायला विसरायची नाहीत!

विद्यागौरीच्या मनावर आधीच प्रचंड दडपण. त्यात असं काही ऐकलं, की ती अस्वस्थ व्हायची...

निघाली संबंधित पोलिसचौकीकडे!

काय झालं? काही सूत्र मिळालं का? तुम्ही काही हालचाल करता आहात, का नाही?

पी.एस.आय कदमांनाच नीटसं समजलेलं नाही, तर ते तरी इथे बसून मुंबईतल्या तपासाबद्दल काय सांगणार?

दोन दिवस पोलिसांवर विश्वास टाकून वाया गेल्यावर मात्र विद्यागौरीचा

धीर खचला. तिनं वृत्तपत्रांच्या संपादकांना भेटून, आपलं निवेदन जाहीर करण्याची विनंती केली.

दुसऱ्या दिवशी पुण्या-मुंबईच्या नि नागपूर-कोल्हापूर-रत्नागिरी... अशा स्थानिक वृत्तपत्रांतून हे निवेदन छापून आलं. अग्रक्रमाने.

'रसिक वाचकांना आवाहन!

वाचकहो, तुमचे नि महाराष्ट्राचे लाडके रहस्यकथा-लेखक श्री. कुंदन गुजराथी ह्यांचे रहस्यमयरीत्या अपहरण झाल्याचे एव्हाना तुम्हाला समजले असेलच. हजारो वाचकांनी प्रत्यक्ष भेटून, फोनवर, वा पत्राने माझ्याकडे या प्रकरणाची चौकशी केली—मला धीर दिला; त्याबद्दल मी आपली सदैव ऋणी आहे. पोलीस त्यांच्या परीने त्यांचा शोध घेण्याचा प्रयत्न करीत आहेतच. पण त्यात त्यांना यश न आल्यास, तुमच्या या लाडक्या लेखकाला सोडवण्यासाठी चार दिवसांत मला एक लाख रुपये खंडणीची रक्कम उभी करावी लागेल. आपल्या उदार सहकार्याशिवाय मला ते केवळ अशक्य आहे. म्हणून मी आवाहन करते, की आपण श्री. कुंदन गुजराथी ह्यांच्या सुटकेसाठी खालील पत्त्यावर सढळ हाताने मदत करावी.

आपली विश्वासू,
सौ. विद्यागौरी कुंदन गुजराथी

दोन दिवस पोलिसखातं वेठीला धरलं गेलं होतंच; निवेदन प्रसिद्ध झाल्यापासून पोस्टखातं त्याच्या दसपट वेठीला धरलं गेलं.

सतत मनिऑर्डर्सची रीघ!

आपण एवढे लोकप्रिय आहोत, याचा कुंदन गुजराथीलाही अंदाज नसेल!

विद्यागौरीचे डोळे भरून आले, नि पाहणाऱ्यांचे फिरले!

काय पैसा का काय हा!

आणि एवढी मोठी रक्कम अवघ्या चार दिवसांत जमली होती!

विद्यागौरीनं रक्कम मोजण्याचे कष्टही घेतले नव्हते. धुवायला देण्याचे कपडे बादलीत कोंबून माववावेत, तशी तिनं ती काळी ब्रीफकेस नोटांनी भरली होती.

पोलिस-अधिकारीही त्या वेळी तिथे उपस्थित होते. ते म्हणत होते– बाई, नोटा मोजा, लाखाहून हे पैसे कितीतरी जास्त असतील!

तर विद्यागौरी म्हणाली–"जास्त असतील तर त्या 'एक्स' चं नशीब, कमी असतील तरी त्याचंच दुर्दैव!- घे, आणि माझ्या नवऱ्याला सोड!"

तिनं घाईघाईने त्या आशयाची चिठ्ठीही लिहून ब्रीफकेसमध्ये ठेवली.

एकूणच जे काही घडत होतं, ते पोलिसांना आवडत नव्हतं. त्यांच्या कार्यक्षमतेचा हा एक प्रकारे पराभवच होता. अपमान होता. पण परिस्थितीच अशी होती, की मूग गिळून गप्प बसण्याखेरीज त्यांना गत्यंतर नव्हतं. मिळालेल्या मुदतीत हे काहीही प्रगती करू शकले नव्हते. आणि खात्याच्या नामुष्कीपेक्षा एका लोकप्रिय रहस्यकथा-लेखकाचे प्राण नक्कीच अधिक मोलाचे होते!

तरी, त्यांनी प्रयत्न सोडले नव्हते. त्यांना अजूनही आशा होती. फक्त, आता विद्यागौरी त्यांना कितपत सहकार्य करेल, शंका होती. तिचा यंत्रणेवरचा विश्वासच डळमळीत झाला होता. ती कोणताही धोका पत्करणार नव्हती.

सकाळी सव्वासहाच्या सुमाराला विद्यागौरी आपल्या फ्लॅटचा बंदोबस्त करून खाली आली, तेव्हा तिच्या हातात फक्त ती काळी ब्रीफकेस तेवढी होती.

अपार्टमेन्टच्या कॉर्नरलाच एक रिक्शा उभी होती. तिनं ती पकडली. 'पुणे स्टेशन' असं तिनं सांगताच रिक्शा धावू लागली.

स्टेशनला येताच तिनं मीटर पेड केलं. रिक्शातून उतरून, ब्रीफकेस उचलून ती झपाझप चालू लागली.

त्याचवेळी जीपमध्ये बसलेल्या वायरलेस ऑपरेटरनं सूचना दिली.

"माध्यम येत आहे. काळा स्लीव्हलेस पंजाबी, हातात काळी ब्रीफकेस ओव्हर."

"माध्यम पकडलं आहे. टेलिंग स्टार्टेड. ओव्हर."

"गुड लक. ओव्हर."

"ओव्हर."

विद्यागौरी मेनगेटमधून स्टेशनात शिरत असतानाच प्लेन ड्रेसमधल्या सी. आय. डी. सबइन्स्पेक्टरनं तिच्या मागोमाग चालायला सुरुवात केली.

तिच्यामागून विशिष्ट अंतर राखून तो तिच्या मागोमाग भटकत राहिला. विद्यागौरीनं एका हमालाला अडवून तिचं कंपार्टमेंट कुठे येईल, वगैरे चौकशी केली. त्याच्या सांगण्यानुसार ती प्लॅटफॉर्मवरचे बोगी नंबर्सचे बोर्ड बघत एका बाकावर येऊन बसली.

एक एक करीत तीन चार सी. आय. डी. इन्स्पेक्टर्स तिच्या आसपास प्रवाशांच्या पद्धतीत रेंगाळू लागताच, पहिला तिथून निघून गेला.

आपला पद्धतशीर पाठलाग सुरू झालेला आहे, याची विद्यागौरीला कल्पनाही नव्हती आणि ते साहजिक होतं. अशा प्रकारात सी. आय. डी. ची माणसं जबरदस्त तयार असतात, हे एक; आणि विद्यागौरीनं वृत्तपत्रांमधून निवेदन दिल्यापासून त्यांची मदत नि सगळंच नाकारलं होतं. त्यामुळे, अजूनही ते या प्रकरणात लक्ष घालत असतील, हे तिनं गृहीतच धरलेलं नव्हतं.

आणि, खातं हे प्रकरण सेकंदाकरताही विसरायला तयार नव्हतं. त्यांना ते लागूनच राहिलं होतं. दोन दिवस भरपूर विचार करून त्यांनी आपली योजना तयार केली होती. माणसं कामाला लावली होती.

डेक्कन क्वीन पुण्याहून निघण्याआधीच रेल्वे वर्कर्सच्या वेशातली, सी. आय. डी. ची माणसं खंडाळ्यापासून पुढे घाटात विखुरलेली असणार होती.

विद्यागौरीनं पाचव्या बोगद्यापाशी ब्रीफकेस फेकली, की जो माणूस ती ताब्यात घेईल, तो क्षणार्धात उचलला जाणार होता.

त्याला बोलतं करायला फारतर अर्धा तास!

लगेच ती इन्फर्मेशन वायरलेसच्या साहाय्यानं बॉम्बे सी. आय. डी. ला. डेक्कन क्वीन दादरला टच होण्याआधीच सी. आय. डी. च्या 'मिस्टरएक्स'

समोर...

खलास!

पावणेसात वाजता डेक्कन क्वीन प्लॅटफॉर्मला लागली.

विद्यागौरी आपल्या नंबरच्या सीटवर जाऊन बसली.

चौघं तिच्या मागोमाग त्याच डब्यात घुसले. तिला शंका येणार नाही, पण चौघांनाही एकमेकांशी नेत्रपल्लवी करता येईल, असे पांगून बसले.

बरोबर सात दहाला डेक्कननं पुणं सोडलं.

धाड्धाड्... धाड्धाड्... लोणावळा!

डब्यातले चौघं आळस वगैरे झटकून सावध.

कंटाळा आल्याप्रमाणे भासवत दोघांनी एका टोकाचं दार गाठलं; दोघांनी दुसरं.

खंडाळा गेला.

बोगदा... संपला...

बोगदा... संपला...

दुसरा... तिसरा... चौथा...

पाचवा!

पाचवा बोगदाही सुरू झाला आणि चौघांनीही चमकून विद्यागौरीकडे पाहिलं.

ती मख्खपणे शून्यात पाहत बसून होती!

असं कसं?

बोगद्यापाशी सी. आय. डी. ची माणसं व्यवस्थितपणे दिसली होती.

लाल शालवाला नव्हता!

आणि...

चौघंही एकमेकांना खुणावत, घाईघाईने विद्यागौरीपाशी आले.

''एक्सक्युज मी मॅडम.''

विद्यागौरीनं आवाजाच्या दिशेनं वळून पाहिलं.

बोलणाऱ्यानं तातडीनं आधी आपलं कार्ड तिला दाखवलं, मगच

प्रश्न विचारला.

"पाच नंबरच्या बोगद्यापाशी तुम्ही ही ब्रीफकेस का फेकली नाही?" विद्यागौरी मंदपणे हसली. शेजारची ब्रीफकेस त्याच्या दिशेनं सरकवत म्हणाली.

"तुम्हीच ती उघडून पहा, म्हणजे तुम्हालाही समजेल! कुलूप नाहीये!"

इन्स्पेक्टरनं ब्रीफकेसचे खटके दाबले. झाकण उघडलं.

संपूर्ण रिकामी!

काही क्षण चौघंही निर्बुद्ध, मठ्ठ. नंतर संतप्त.

"हे - हे."

"ही रिकामी ब्रीफकेस घेऊन मला दादरपर्यंत प्रवास करायचा आहे. नंतर मी कुठेही जायला मोकळी आहे."

"आणि खंडणी?"

"एक्स च्या दुसऱ्या पत्राप्रमाणे."

"दुसरं पत्र?"

"होय. दोनच दिवसांपूर्वी आलं होतं."

"आणि तुम्ही आत्ता सांगताहात?"

"पहिलं पत्र घेऊन मी तुमच्याकडे आले होते... काय करू शकलात तुम्ही?"

चौघांचे चेहरे खाडकन पडलेले.

एकानं शेवटी मलूल स्वरात म्हटलं–

"हे तुम्ही चांगलं केलं नाहीत, मिसेस गुजराथी! पण... ठीक आहे. दुसऱ्या पत्रात काय होतं, ते तरी सांगा आता."

"आमच्या अपार्टमेन्ट्सच्या कॉर्नरला जी रिक्शा उभी असेल, तीत मी बसायचं होतं. रिक्शाच्या सीटमागच्या जागेत ही काळी ब्रीफकेस असणार होती माझी पैशांची. त्या जागी सोडून मी ही घ्यायची होती. दादरपर्यंत प्रवास करायचा होता! अर्थात तुम्हाला कोणतीही कल्पना न देताच!"

"आणि त्या 'एक्स'चं ऐकून...."

"होय! कारण, खात्याच्या इज्जतीपेक्षा मला माझ्या नवऱ्याचे प्राण जास्त मोलाचे वाटतात!"

''ओह!''

''नाही.''

''ओळखपरेड केली तर रिक्शावाल्याचा चेहरा ओळखू शकाल का?''

''नाही.''

बोलणंच संपलं!

आता, एकच अंधूक शक्यता.

पुण्यात वायरलेस ऑपरेटरनं...

पण, नाही. 'रिक्शा' हे बदलीचं ठिकाण म्हणून कोणी गृहीतच धरलेलं नसल्याने रिक्शाला महत्त्व देण्याचं कारणच नव्हतं ना!

तर...

आता सारं काही आपल्या बाजूने तरी संपलेलं आहे!

आपण मारे त्या 'एक्स' च्या कॉन्टॅक्टला पकडून त्याच्यातर्फे 'एक्स' पर्यंत पोचण्याचे स्वप्न पाहात प्रवास करीत असतानाच तो 'एक्स' पुण्यातल्या एखाद्या अज्ञात ठिकाणी, खंडणीची रक्कम मोजत, आपल्याला खदाखदा हसत असेल!

चौघं हतबल होऊन शून्यात पाहत राहिले.

डेक्कन क्वीन कर्जतचे प्लॅटफॉर्म्स भराभरा मागे सारत, पळत राहिली.

त्याच दिवशी रात्री टी. व्ही. सेन्टरचा स्टाफ आपली ड्यूटी संपवून बाहेर पडत असताना त्याला गेटपासून थोडं अलीकडं फुटपाथच्या कडेला एक माणूस अस्ताव्यस्त पडलेला दिसला.

कोणीतरी, आसपासच्या चाळीतून म्हणा, किंवा कारखान्यातला म्हणा, एखादा चतुर्थश्रेणी कामगार पिऊन लास होऊन पडला असावा, या कल्पनेनं त्यानं त्या माणसाकडे दुर्लक्ष केलं असतं; पण माणसाच्या अंगावरचे कपडे उच्च मध्यमवर्गीय दिसत होते, आणि कुंदन गुजराथीच्या अपहरणाचं प्रकरण सध्या गाजत होतं. म्हणून त्यानं खिशातला लाइटर काढून पेटवून माणसाचा चेहरा निरखून पाहिला.

कुंदन गुजराथी!

स्टाफचा माणूस आपल्या अधिकाऱ्याला माहिती देण्यासाठी तसाच मागे फिरला.

पंधरा मिनिटांत वरळी पोलीस तिथे आले. त्यांनी माहिती देणाऱ्याचे आभार मानून कुंदनला त्वरेने के. ई. एम्. ला हलवलं.

तो सुखरूप सापडल्याची बातमी पहिल्यांदा विद्यागौरीला कळवण्यात आली.

मग ती महाराष्ट्रभर प्रसारितच झाली!

पोलिसांनी अत्यंत नाइलाजाने प्रकरण फाईल केलं.

ते तरी काय करणार?

विद्यागौरीला नाना तऱ्हांनी प्रश्न विचारले.

रिक्शावाल्याचं वर्णन ती करू शकली नाही. रिक्शाचा नंबर सांगू शकली नाही.

कुंदन दुसऱ्या दिवशी सकाळी उपचाराअंती शुद्धीवर आला.

त्याला प्रश्न विचारले.

वरळीपर्यंतचं त्याला नीट आठवतं.

टी. व्ही. सेन्टरच्या अलीकडच्या कॉर्नरला टॅक्सी बंद पडली म्हणून बिल पेड करून तो चालत निघाला. चालताना, दंडाला मुंगी चावल्यासारखं काहीतरी झालं.

बास, त्यानंतर हीच शुद्ध!

आपण सात दिवस सतत बेशुद्धीतच होतो, हेही त्याला आता पोलिसांकडून समजत होतं!

पंधरा दिवस अक्षरशः धांदल–गडबडीत गेले.

सतत कोणी ना कोणी भेटायला यायचं. कुतूहलापोटी तेच तेच सांगावं लागायचं.

वार्ताहर, छायाचित्रकार!

नात्यातली, जवळची-लांबची माणसं!

गावातले अन् परगावांतले वाचक-प्रकाशक-विक्रेतेसुद्धा!

आल्यागेल्यांना तेच तेच सांगून कुंदनचा जबडा दुखून गेला;

त्यांचं चहापाणी करता करता विद्यागौरीचं कंबरडं मोडकळीला आलं.

पण या सगळ्यांनी आपल्या लाडक्या लेखकावरलं आपलं प्रेम सक्रिय सिद्ध केलेलं, त्यांना तेवढा अधिकार प्राप्तच झालेला होता.

कुंदन आणि विद्यागौरी दोघांनाही विशेषत: वाचकांचं हे ऋण मान्य होतं. त्यातून मुक्त होण्याची त्यांची इच्छा नव्हती. ते भारावूनच गेले होते. कुंदननं तसं जाहीर आभाराचं एक निवेदनही चार-पाच वृत्तपत्रांतून प्रसिद्ध केलं होतं.

कुंदन गुजराथी हा रहस्यकथालेखक म्हणून लोकप्रिय होताच. या अपहरणप्रकरणामुळे तो अधिकच प्रसिद्धीच्या झोतात आला. त्याच्या रहस्यकथांची मागणी एकदम दहापटीनं वाढली. अर्थात त्या प्रमाणात त्याचं मानधनही वाढलं. आणखी पाच वर्षं तरी त्याचं स्थान कोणी हिरावू शकणार नाही, इतकं तेही बळकट झालं.

एका मराठी चित्रपटनिर्मात्यानं या जिवंत, थरारनाट्यावर चित्रपट काढण्याचा संकल्प सोडला.

एका अपहरणानं कुंदन गुजराथी कुठल्या कुठे जाऊन पोचला!

पंधरा-वीस दिवसांनी भेटायला येणाऱ्यांची रीघ जरा विरळ होऊ लागली.

महिनाभराने ती पूर्ण थांबली.

आता सर्व गदारोळ निमाला आहे– तो पुन्हा उसळण्याची शक्यता नाही, याची पूर्ण खात्री पटल्यावर —

एका रात्री कुंदननं घराची सगळी दारं-खिडक्या बंद करून घेतल्या. त्यांवर पडदे सोडले. बेडरूममधला ड्रीमलाइट लावून तो विद्यागौरीला म्हणाला,

"हं, काढ आता ती ब्रीफकेस! वाचकांनी त्यांच्या आवडत्या लेखकासाठी किती पैसे देऊ केले होते. एकदा मोजू दे तरी!"

विद्यागौरी शांतपणे उठली. बेडरूममधल्या वॉर्डरोबच्या दिशेनं चालू लागली.

◻◻◻

रानमांजरं

संभव पराशरला गावानं पाहताक्षणीच मानलं नव्हतं. गावाची ती पद्धत नव्हती. मुळात, वळद हे गाव खूप छोटं. ते गुजराथ सरकारच्या अधिकारात येतं का महाराष्ट्र शासनाच्या, याचा निर्णय लागलेला नाही. गावाला स्वत:चं असं औद्योगिक महत्त्व नाही. त्यामुळे, गुजराथ वळदला महाराष्ट्रात ढकलू पाहणार; महाराष्ट्र त्याला गुजराथचं म्हणून वागणूक देणार!

नाही म्हणायला, वळदला मुक्त हस्तानं वरदान लाभलेलं ते निसर्गाचं! कोणत्याही टुरिझमचं या गावाकडे त्या दृष्टीने लक्ष गेलं नव्हतं, हे गावाचं नशीब. अन्यथा सापुतारा वगैरे गावांची भरभराट नक्की वळदला प्राप्त झाली असती!

सागाची घनदाट जंगलं... उंच उंच कडे-पर्वतांच्या रांगा... गावापासून अर्ध्या पाव मैल अंतराने दुथडी भरून वाहणाऱ्या दोन नद्या.

अर्थातच, वळद कोणत्याही सरकारी रस्त्यापासून बरंच आत, दुर्गम भागात होतं. मातीचे कच्चे रस्ते गावापर्यंत येत होते. त्यावरून धावणाऱ्या एस. टी. बसेसपैकी मोजक्या वळदपर्यंत कर्तव्यभावनेने येऊनही जात. पण वळदला येणं सोपं नव्हतं, हे नक्की! किमान काही व्यापारी फायदा असता, तरी लोकांनी हे येणंही सोपं वाटून घेतलं असतं.

आदिवासी वस्त्यांचं बिनाउत्पन्नाचं गाव ते! नेमणुका झालेली सरकारी माणसं तालुक्याच्या गावी बिऱ्हाड करून, लांबून वळदचा कारभार हाकणार. स्वत:हून कोण येतो!

जनसंपर्क कमी, आणि चोरा-दरोडेखोरांचा संसर्ग जास्त.

असं गाव अनुभवाचे धडे शिकत... शहाणं होत, अस्तित्व टिकवून राहतं. वळदचं तेच झालं होतं. गावात अचानकपणे एखादा नवा चेहरा दिसला, की गाव ओळख आक्रसून घ्यायचं. गावाचे डोळे आणि कान सावध व्हायचे. आलेला नवागत कोण आहे.. तो कोणाकडे आला आहे... त्याचं काम काय आहे... गावात तो किती दिवस राहणार आहे...या सर्व प्रश्नांची संशयापलीकडे खरी उत्तरं मिळाली, तो कोणत्या टोळीचा हेर वगैरे नसल्याची खात्री पटली, तरच नवागत गावात थांबू शकायचा.

वळदला आल्यापासून पंधरा दिवसांत संभव पराशर या सगळ्या दिव्यांमधून पार पडला होता. त्याच्या माहितीतलं सत्य तपासून मगच वळदनं त्याला गावात राहण्याची परवानगी दिली होती.

वळदच्या उत्तरेला एक मोठा जलाशय गुजराथ व महाराष्ट्र शासनांच्या सहकार्यानं बांधावा, अशी योजना वीस वर्षांपूर्वी सरकारदप्तरी मंजुरीसाठी आली होती. त्या प्रस्तावाला गेल्या दोन वर्षांपासून उठाव मिळाला होता. लोक पाहणीसाठी वगैरे येऊन गेले होते. हाय वेपासून धरणाच्या जागेपर्यंत मालाची ने-आण करण्यासाठी डांबरी सडक तयार करण्याचंही काम आता शेवटच्या टप्प्यात होतं.

संभव पराशर हा या जलाशयाचा जनसंपर्क अधिकारी म्हणून वळद मुक्कामी दाखल झाला होता. हे धरण बांधण्यानं कोणा अदिवासी शेतकऱ्यांच्या जमिनी पाण्याखाली जाणार आहेत... किती गावांचं पुनर्वसन करावं लागणार आहे... कोणाचे काही आक्षेप आहेत का... असा सर्वांगीण शोध घेऊन हा अहवाल दोन्ही सरकारनं नेमलेल्या संयुक्त समितीला सादर करणं हे त्याचं काम होतं.

संभवजवळची सगळी कागदपत्रं तपासून तालुक्याच्या गावी त्याची नीट चौकशी करून तो खरंच तसा आहे, अशी खात्री पटल्यावरच, वळदनं संभव पराशरला आपलं मानलं. एकदा गावानं आपलं मानल्यावर मात्र संभवला काही कमी पडलं नाही, एवढं खरं!

मनगटी घड्याळातून एक तार बाहेर आली. तारेच्या टोकाचा गटटू मनगटावर कंपनानं टोचू लागला. संभवनं डोळे उघडले. तार घड्याळात पूर्ववत बसवून, तो उठला.

अपरात्रीचे दोन.

आपण रात्री दोनचा गजर का लावला होता, ते आठवताच त्याच्या डोळ्यांवरची झोप पूर्ण उडाली. संपूर्ण विश्रांतीनंतर सकाळ उजाडल्यासारख्या त्याच्या अंधारातच हालचाली सुरू झाल्या.

दहाव्या मिनिटाला खोलीचा दरवाजा उघडून तो रस्त्यावर आला. एकदा त्यानं आसमंताचा अंदाज घेतला. खोलीचा दरवाजा नुसता घट्ट लोटून, तो वेगवान चालीनं घरापासून दूर जाऊ लागला.

एखाद्या उत्खननात सापडलेल्या शतकांपूर्वीच्या निर्जीव गावाच्या अवशेषांसारखं स्तब्ध वळदगाव वाटत होतं. कुठेही, कसलीही चाहूल नव्हती.

याच वातावरणाची दुसरी बाजू धोकादायक नव्हती!

गाव असं बेसावध झोपलेलं असताना, हा पराशर रस्त्याने का हिंडतो?

पण त्याला तेवढा धोका पत्करणं आवश्यकच होतं. दार उघडं टाकून खोली सोडतानाही त्यानं धोका पत्करला होताच की!

ते वाऱ्यानं सताड उघडं पडलं... आपटत राहिलं... कडी खळखळत राहिली...

कोणाला त्या आवाजानं जाग आली, आणि 'दार लावून घे' म्हणून सांगायला कोणी खोलीत शिरलं... संपलं?

सगळं नशिबावर सोडून, तो झपाझप गावापासून दूर जाऊ लागला.

चालताना दूरवर... एका घरावर त्याची नजर क्षणभराकरता स्थिरावली, नुसत्या आठवणीनं शरीरभर एक सळसळ पसरली.

लवंगी!

आह! काय अफलातून बाई आहे!

ती वळदमध्येच राहात होती, पण तिचं घर गावापासून अगदी

फटकून एका टेकडीच्या पठारावर होतं.

लवंगीचा परिचय झाल्यापासून संभवला ती एक कोडंच वाटत होती.

एवढ्या मोठ्या घरात ही पस्तिशीची बाई बिनधास्तपणे राहत होती. सिनेमातल्या अन् तमाशातल्या बायका झक मारतात, असं तिचं आदिवासी सौंदर्य होतं. पण आजपर्यंत तिच्या घरावर दरोडा पडला नव्हता, की तिच्या इच्छेविरुद्ध कोणी तिच्या अंगाला हात लावू शकलं नव्हतं!

ती तुसडी, किंवा खुनशी वगैरे नव्हती. बोलावागायला तर मनमोकळीच होती. बिनधास्तही होती. गावात दोघं-तिघं देखणे, मर्दानी भाग्यवंत असे होते, जे लवंगीच्या घरात रात्र काढून आले होते; पण ते तिच्या इच्छेनं, त्यांच्या नाही!

संभव आणि लवंगी दोघांनी, या ना त्या निमित्तानं गावातून फिरताना एकमेकांना पाहिलं होतं. एकमेकांची योग्य ती नोंद घेतल्यासारखं ते मंदपणे हसलेही होते.

बाबुराम वाण्याच्या दुकानात त्यांची शेवटी गाठ पडली होती. बाबुरामनं मोठ्या कौतुकानं तिला संभवची ओळख करून दिली होती. तर, एकटक त्याच्या नजरेत पहात, लवंगी म्हणाली होती, ''माहितीय! मध्यस्थामार्फत ओळख काय कोणाचीही, कोणाशीही होईल! हिम्मतवान माणसं थेट भिडतात!''

त्याच संध्याकाळी संभव लवंगीच्या घरी गेला होता, आणि त्या जाण्याचा त्याला मुळीच पश्चात्ताप झाला नव्हता.

आपण इतरांच्या बोलण्यातून लवंगीची माहिती काढत होतो, तशी तीही आडून आपली माहिती काढत होती, हे लक्षात येताच, त्याला ती आवडली होती. आणि याच कारणासाठी तिलाही तो आवडला होता. संध्याकाळ लवंगीशी गप्पा मारण्यात घालवल्यानंतर, तो जायला निघाला.

लवंगी त्याला उतारापर्यंत पोचवायला आली. म्हणाली,

''केव्हाही यावं वाटलं ना... बिनधास्त यायचं, आलो म्हणून! मी गावाला घाबरत नाही; तुम्हीही घाबरू नका! काय? बुळबुळू जगणारी माणसं मला मुळीच आवडत नाहीत!''

अर्थातच लवंगीचं घर हा संभवचा एकमेव विरंगुळा झाला होता.

त्याच्या सर्व्हेचं दिवसभरातलं काम संपलं, की तो संध्याकाळनंतरचा काळ तिच्याकडेच पडून असायचा. ती त्याला कुठनं कुठनं आणून खास अदिवासी दारू पाजायची. तिथेच जेवणही व्हायचं. एकदोनदा तर तो लवंगीकडे वस्तीलाच राहिला होता. त्याच रात्रींच्या आठवणी त्याला आता, तिचं घर पाहताच, बैचेन करू लागल्या, होत्या!

आत्ता... असंच लवंगीकडे गेलं तर?

त्यानं तो वेडा विचार निग्रहानं दूर लोटला. गाव पाठीवर घेऊन त्याची पावलं आणखी वेगात पडू लागली.

संभव सागाची झाडं तुडवत, शॉर्ट कट्नं डांबरी रस्त्यावर येताच, त्यानं हातातला पेनटॉर्च लावला. चालताना हात हलवावा, तसा दोन-तीनदा हलवला, मालवून टाकला.

प्रत्युत्तरादाखल त्याच्यापासून शंभर फूट अंतरावर जीपचे पार्किंग लाइट्स दिसू लागले.

संभव भराभर चालत जीपपर्यंत आला.

"सर!" अंधारातून पुढे येत एक आवाज आला.

"कोण रे - माने का?"

"हो, सर. यशवंत आणि महामिने पण आहेत!"

"हं, मागच्या वेळी मी एक मेटलचा तुकडा दिला होता.... त्याची तपासणी केली?"

"केली सर, तो धातू ब्राँझ आहे. आणि आपल्या लॅब असिस्टन्टचं म्हणणं आहे, की पट्ट्याच्या बक्कलसाठी आपण हेच मिश्रण वापरतो!"

"वाटलंच होतं मला!"

संभव स्वत:शीच पुटपुटला. मग विचारात गढून गेला.

इन्स्पेक्टर अवि खुर्जेकर 'वळद' पर्यंत नक्की आला होता! वळदपर्यंत तर त्याचा मागमूस लागतो. पुढे कुठे गेला?

या डांबरी रस्त्याच्या डांबरात त्याचं बक्कल का यावं?

आणि एक इन्स्पेक्टर वळदला येऊन गेल्याचं गावात कोणीच कसं

सांगत नाही?

कोणाच्या दहशतीनं गाव गप्प आहे, की विषय निघालाच नाही, म्हणून कोणी माहिती दिली नाही?

अवि खुर्जेकर हा लपून राहण्यासारखा माणूस नव्हता. विसरण्यासारखा तर त्याहून नव्हता!

बरं, प्रसंग असा नाही, की बुवा, सहलीला आला होता.... नाही लक्षात राहिला!

एका अतिरेक्याचा पाठलाग करीत... गावोगाव चौकशी करीत, गावापर्यंत पोचलेला, युनिफॉर्ममधला धिप्पाड माणूस तो!

असा कसा कोणाच्याच लक्षात राहणार नाही?

''सर...''

''हा...'' स्वतःच्या विचारातून बाहेर पडत, संभवनं विचारलं, ''खुर्जेकर एकटाच त्या अतिरेक्याच्या पाठलागावर सुटला होता ही इन्फर्मेशन कन्फर्म ना, यशवंत?''

''येस सर, खुर्जेकरसाहेबांचं पोस्टिंग सातपूर इंडस्ट्रिअल इस्टेटला होतं. ते रात्रीचा राउन्ड घ्यायला जीपनं एकटेच बाहेर पडले होते. ड्रायव्हर पण नव्हताच बरोबर.''

''हं-?''

''एका इंडस्ट्रीपाशी हा त्यांना आउटर लोकेशनचा रफ मॅप काढतानाच दिसला! साहेबांनी आवाज दिला, तर तो अंधारात पळत सुटला. साहेबांनी त्याच्या मागे जीप सोडली. अतिरेक्यानं पळताना मागे वळून जीपच्या टायरवर गोळी घातली सर!''

संभवनं पटल्यासारखी मान डोलावली.

नाशिक विभागात काही अतिरेक्यांनी आश्रय घेतल्याची खबर मिळाली, म्हणून तो तातडीने नाशिकला आला होता. सगळे अतिरेकी वणी-त्र्यंबकेश्वर-कसारा... अशा डोंगराळ भागात पांगून राहिले होते. एक हाती लागला तरी मोठी टोळी हाती लागण्याची शक्यता होती.

जवळचं वाहन सोडून खुर्जेकर अतिरेक्याच्या मागे धावला होता.

अंधारात त्यानं बुलेट लपवून ठेवली असल्याने पाठलाग तुटला होता. पण खुर्जेकरनं प्रसंगावधान राखून मिलिटरी आणि पोलीस दोघांनाही वायरलेस करून परिस्थितीची कल्पना दिली होती. त्याप्रमाणे लागोलाग नाकेबंदी करण्यात आली होती आणि इतकं करून, अतिरेकी इन्टिरिअर रस्त्यांचा वापर करून पळून जाण्यात यशस्वी झाला होता! त्याचा माग काढत, खुर्जेकर, वळदपर्यंत पोचल्याचे पुरावे होते. तिथून पुढे मात्र दोघंही गायब झाले होते! तिथून खुर्जेकरचा संपर्क तुटला होता.

संभव पराशर हा टॉप रँक ऑफिसर खुर्जेकरचा शोध घेण्याकरता, सर्व तयारीनिशी वळदमध्ये दाखल झाला होता! सर्व्हेच्या निमित्तानं त्याला वळदच्या परिसरात हवं तसं भटकता येत होतं. आपले निष्कर्ष कॉन्टॅक्ट्समार्फत पोलिसांपर्यंत पोचवता येत होते.

परवा तो फिरत फिरत रस्त्याच्या बांधकामावर आला असताना, दगड फोडणारी, वाळू बनवणारी क्रशिंग मशिन्स आणि मोठा मिक्सर पाहून त्याच्या मनात पहिल्यांदा ती कल्पना चमकली होती.

बारीक तुकडे करून एखाद्या माणसाला या प्रोसेसमधून पास केलं तर?

काय शिल्लक राहील? काय पत्ता लागू शकेल?

तो जो जो या कल्पनेवर विचार करू लागला, तसतसा तोच विचार त्याला एकमेव शक्यता म्हणून पटायला लागला. फक्त निघणारा निष्कर्ष मात्र चांगला नव्हता.

इन्स्पेक्टर अविनाश खुर्जेकरनं इथे अतिरेक्याला गाठलं असलं तर तो त्याला डायरेक्ट ठार मारेल. तो जिवंत हाती लागला तर त्याला नाशिकला घेऊन येईल. असं क्रशरमध्ये टाकणार नाही आणि मुख्य म्हणजे स्वत: गायब होणार नाही!

याचा अर्थ.... इथून पुढे खुर्जेकरचा पत्ता लागत नाही, याचं कारण हे आहे की काय?

दोन दिवस संभवनं क्रशर तपासला. मिक्सर तपासला. रस्त्याचा तो उपविभाग तर डोळ्यांत तेल घालून तपासला. त्या तपासाची परिणती

म्हणजे खुर्जेकरच्या बक्कलचा धातू रस्त्याच्या डांबरात चमकताना आढळणं!

खुर्जेकर तर जिवंत नाही, हे आता कोणी बदलू शकत नाही. प्रश्न एवढाच उरतो, की त्याला मारून, अतिरेकी पळून जाण्यात यशस्वी झाला, का काही कारणाने त्याला याच भागात दडी मारून रहावं लागलं आहे?

तसं असेल तर तो कुठे राहू शकतो? त्याला कोण आश्रय देऊ शकतो?

याच प्रश्नाचं उत्तर शोधताना, संभवला लवंगीचं घर फार प्रकर्षानं आठवलं!

ते एकच ठिकाण... वळदच्या चौकस नजरांपासून लपून राहता येईल असं!

आणि ते तर शक्य नाही!

संभव लवंगीच्या मोहात पडला होता, म्हणून त्याला ती शक्यता पटत नव्हती, अशातला भाग नाही. पण वेळी-अवेळी तो स्वतः तिच्या घरी गेला होता. दोन-तीनदा मुक्कामालाही राहिला होता. घराचा कोपरान्‌कोपरा त्याला माहीत झाला होता.

कुठे लपू शकणार तो?

"माने.... काय करायचं ते मी ठरवतो. तुम्ही हाय वे पासून ते धरणापर्यंतचा भाग उभा-आडवा पिंजून काढा."

"तुम्हाला या शोधात काय अपेक्षित आहे, सर?"

"कुठे टाकून दिलेली बुलेट मोटारसायकल दिसते का पहा. आसपासच्या गावांमधून सावधपणे चौकशी करा. कदाचित कोणा मेकॅनिककडे ती दुरुस्तीसाठी पडली असू शकते."

"येस सर."

त्याचा निरोप घेऊन जीप अंधारातच निघून गेली.

विचारांत गढून जात, संभव अंधारातच वळदच्या दिशेनं चालू लागला.

त्या दिवशी संध्याकाळी लवंगीच्या घराकडे जात असताना, दिसलेलं

ते रानमांजर!

याच झाडावर बसलं होतं.

बापरे! काय मांजर का काय ते!

संभवच्या आधी लक्षातच आलं नव्हतं. एका झाडाच्या फांदीवर बसून, ते न घाबरता एकटक संभवकडेच पाहत होतं. त्याचा काळाकुट्ट रंग मळकट धुरकट हिरव्या पानांत लपून गेला होता. चार-पाच वर्षे वयाच्या मुलाएवढा चेहरा तेवढा बाहेर डोकावत होता. टक्क डोळे क्रूर लालसेनं संभववर खिळले होते.

संभव जरा वेळ आश्चर्यानं त्या मांजराकडे पाहतच राहिला होता. तो तरस लांडगा... तत्सम कोणी हिंस्र प्राणी नसून, ते ज्याला 'उद' म्हणतात ह्या रानमांजराचा प्रकार आहे, हे लक्षात येताच सहजक्रियेनं त्यानं हात उगारून पाय आपटत फिसस् केलं होतं. तर पळून जाण्याऐवजी ते झेप घेण्याच्या-हल्ला करण्याच्या पवित्र्यात ताठरलं! त्याच्या डोळ्यांच्या बाहुल्या विस्फारल्या, त्यावरले पापण्यांचे पडदे पूर्ण हटले.

संभवलाच भीती वाटली. यशस्वी माघार घेत, तो वाटेनं निघून गेला.

आत्ताही तो लवंगीच्या घरापाशी पोचला, तरी रानमांजराचा विषय त्याच्या डोक्यातून गेलेला नव्हता. उलट, तोच त्यानं लवंगीशी गप्पा मारताना काढला.

"या भागात रानमांजरांचा बराच उपद्रव आहे का, लवंगी?"

लवंगीनं त्याच्याकडे रोखून पाहिलं, मग नकारार्थी मान डोलावत म्हणाली,

"नाही... उपद्रव असा नाही; पण रानं आहेत, तर रानमांजरं असणारच! आपण त्यांच्या वाटे गेलं नाही, तर ती आपल्या वाटेला जात नाहीत!"

"परवा तुझ्याकडे येताना गावातल्या एका झाडावर रानमांजर पाहिलं!"

तिच्या नजरेत थोडा अविश्वास डोकावला. मग तो विषय सोडून देत, ती विचारमग्न झाली.

"तुला भीती नाही ना वाटत रानमांजरांची?"

''नाही. सांगितलं ना, आपण वाटे गेलं नाही तर ती निरुपद्रवी असतात!''

''पण... ही मांजरं गावापर्यंत येत नाहीत! हेच एक कसं आलं, कोण जाणे!''

तिनं 'मला काय माहीत!' अशा आविर्भावात खांदे उडवले. तो विषय कट करून ती पुढच्या तयारीला लागली.

एकीकडं तिनं संभवला अस्सल कस्तुरीपासून काढलेली दारू ग्लासात ओतून दिली. जोडीला पापड नि दाणे दिले. 'कस्तुरी' हा प्रकार तिकडे नागपूर भागात जास्त, इकडे फारसा माहीत पण नाही. म्हणून संभव खुश झाला. लवंगीशी गप्पा मारत तिच्याशी प्रणयाचे चाळे करत, तो कस्तुरीचा आस्वाद घ्यायला लागला. लवंगी आणि कस्तुरीचं अजब कॉकटेल मेंदूत गुदगुल्या करायला लागलं.

''संभव... तुम्ही खरे कोण आहात?'' त्याच्या केसांतून हात फिरवत, लवंगीने शांतपणे विचारलं.

संभव खाडकन भानावर आला.

कुठेतरी चुकलंय. काहीतरी बिनसलंय. हिला आपला संशय आलाय!
''कोण म्हणजे?''

''तुम्ही धरणासंबंधीची कोणतीही माहिती गोळा करायला आलेले नाही आहात!''

''कोण म्हणतं?''

''मी! या जरा माझ्यामागे.''

खोटं बोलणारा तो असल्यामुळे, त्याला चोरट्यासारखं झालं; सिद्ध करणारी ती असल्याने, सूत्रं सगळी तिच्या ताब्यात गेली!

पठारावरच्या माळरानातून थोडं पुढं येताच, ते पठाराच्या टोकाला आले. सूर्यास्त होऊन गेला असला, तरी आसमंत दिसू शकत होता. तिथून दिसणाऱ्या डांबरी रस्त्याकडे बोट दाखवत, ती म्हणाली,

''इथून छान दिसतं! थेट वळदपासून डांबरी कामापर्यंतचा परिसर पाहता येतो आणि.... रात्री बऱ्याचदा मला झोप आली नाही, की मी तासन्

तास इथे येऊन बसते!''

तिनं सरळ सरळ त्याला पाहिलंच होतं. नाकारण्यात काही अर्थ नव्हता; पण त्यानं नाकारलंही नाही, आणि स्वीकारलंही नाही. नुसता गप्प राहिला.

''भोळ्याभाबड्या परिसराच्या रात्रीही कधी कधी रहस्यमय होतात, नाही? ...चला आपण जाऊ.''

तिच्याबरोबर परत येत असताना, तो समजावणीच्या स्वरात म्हणाला.

''लवंगी... तू म्हणतेस ते चूक नाही. मी निरीक्षक वगैरे नाही. माझा हुद्दा आणि काम वेगळं आहे. तुला अन् कोणालाच ते न समजणं, हे सर्वांच्याच हिताचं आहे!''

''थोडक्यात म्हणजे.... तुमचा माझ्यावर विश्वास नाही!'' ती खिन्न स्वरात म्हणाली.

''नाही, विश्वासाचा प्रश्न नाही. पण...''

''का, तुम्हाला माझाच कसलातरी संशय आहे?''

''संशय नाही, पण कोडं जरूर आहे लवंगी!'' आलेल्या संधीचा फायदा घेत संभव म्हणाला, ''आणि त्याहीपेक्षा... तुझ्या सुरक्षितपणाची काळजी आहे!''

''असं? आणि दोनच आठवड्यांपूर्वी ही काळजी कोण करत होतं?'' लवंगी कडवट हसत म्हणाली, ''एक स्त्री वर्षानुवर्षं एकटी राहते, तेव्हा सर्वांत प्रथम ती स्वत:ची काळजी व्हायला शिकते! माझ्या सुरक्षितपणाबद्दल तुम्ही विचार करू नका, संभव; माझी मी समर्थ आहे. तुमचं कोडं जरूर विचारा.''

कितीही संबंध प्रस्थापित झाले असले, तरी दोघं एकमेकांना तसे अपरिचितच होते. परस्परांच्या हेतूबाबत मनात किल्मिष निर्माण झालं होतं. आणि हेच संबंध आता परस्परविरोधी होऊ पाहातायत म्हटल्यावर, अपरिहार्यपणे त्यांच्यात एक थंड दुरावा... अलिप्तपणा निर्माण होऊ पाहत होता.

''तुम्ही एक पोलीस अधिकारी आहात, आणि कोणाचा तरी शोध घेत..पाठलाग करत, वळदपर्यंत येऊन पोचला आहात!''

त्यानं चमकून तिच्याकडे पाहिलं. अंधारात तीही त्याच्याकडे पाहात होती. आणि या क्षणी तिचे डोळे त्या रानमांजरीसारखेच चमकत होते.

"बरोबर आहे!" अजिबात आढेवेढे न घेता तो म्हणाला, "तुझ्यापासून हे फार काळ लपणार नाहीच! तर कबूल करून टाकतो. मला मदत करशील?"

"पूर्ण विश्वास ठेवणार असाल, तर नक्की करीन!"

"मान्य!"

त्यानं तिला नाशिक विभागात अतिरेक्यांचा कसा सुळसुळाट झाला आहे, ते सांगून टाकलं. मग एका अतिरेक्याचा पाठलाग करत, इन्स्पे. अवि खुर्जेकर वळदपर्यंत येऊन कसा नाहीसा झाला, तेही सांगून टाकलं. खुर्जेकर आता जिवंत नसल्याची शंकाही बोलून दाखवली.

लवंगी सगळं नुसतं ऐकून घेत होती. त्याचं बोलणं संपलं, तरी ती गुपचूप होती.

"वळदमध्ये असं घर कुठलं, लवंगी.... जिथे, गावाच्या लक्षात न येता, अतिरेक्याला आश्रय घेता येईल!"

"माझं! फक्त माझं!" ती शांतपणे म्हणाली.

"दिलायस?"

तिनं ठामपणे नकारार्थी मान डोलावली.

"तर मग....असं आणखी एक घर असलंच पाहिजे!"

"किंवा... अतिरेकी पळून गेला असला पाहिजे!"

"जाणार नाही, म्हणजे जाऊ शकणार नाही! हा संपूर्ण टापू आम्ही कव्हर केलाय."

"या परिस्थितीत एकच शक्यता उरते, संभव! आश्रय देतोसं भासवून, कोणीतरी अतिरेक्याला ठार केलंय!"

पुन्हा एकदा संभव वेडाच झाला.

ही मूर्ख मुलगी काय सुचवू पाहते? आपणच अडकतो आहोत, हे तिच्या लक्षात येत नाही का?

अतिरेक्याला आश्रय घेता येईल, असं घर कोणाचं? तर, "माझं!"

आणि आश्रय देतोसं दाखवून कोणीतरी त्याला ठार मारलंय!

काय निष्कर्ष निघतो यातून?

तो असा अवाक् असतानाच, लवंगी खुदकन हसली.

"का, काय झालं?"

"कुठे काय!"

"मग, हसलीस का?"

"तुमचा गोंधळ उडालेला पाहून हसू आलं!"

"गोंधळ? बावळट मुली, तू..."

"एक मिनिट, मी तुमचा गुंता सोडवून देऊ का?"

"दे बरं."

"अतिरेक्यावर खटला वगैरे चालवून, तुम्हाला त्यांच्या संघटनेकडून पैसे उकळायचे होते का?"

"स्टुपिड."

"अतिरेकी पकडले जाऊन, त्यांच्यावर खटले होणं–ते तुरुंगात जाणं चांगलं, का ते मारले गेलेलं चांगलं?"

"...मारले गेले तर जास्त चांगलं!"

"मग, कशावरून एवढा त्रास करून घेताय?"

"अं?"

"अतिरेकी मेला, एवढं पुरे नाही का? कोणी मारलं, याच्याशी आपल्याला काय करायचंय?"

"लवंगी... खरं सांग.."

"पुन्हा तेच! अतिरेकी मेले तर पाहिजेत; आणि ज्यांनी त्यांना मारलं, त्यांनाही फासावर लटकवता आलं पाहिजे! हे काय?"

"पण तो मेला कशावरून?"

"हं, ते मी खात्रीनं सांगते. विश्वास ठेवा तुम्ही!"

त्याला काही विचारच करता येईना.

साला.... ही अदिवासी भागात आयुष्य गेलेली एक अडाणी स्त्री! हिची मनोभूमिका किती क्लिअर आहे. कुठे तात्त्विक अवडंबर नाही, का

वैचारिक गोंधळ नाही!

नाहीतर आपण! शहरी संस्कारांनी न्याय-अन्याय... पाप-पुण्य... अशा विरोधी रस्सीखेचीत पार नपुंसकच करून टाकलंय आपल्याला!

लवंगीनं दिलेला कस्तुरीचा आणखी एक ग्लास रिचवताना त्यानं विचारलं,

"त्याला तू कसं मारलंस, लवंगी?"

"कोणाला? मी कोणालाही कबुली दिलेली नाही, पोलीस अधिकारीसाहेब!"

"पोलीस म्हणून नाही, मी संभव म्हणून, एक माणूस म्हणून विचारतोय."

"नक्की? विश्वास ठेवू?"

"जरूर ठेव. कायदा 'पोलीस' राबवत असले, तरी त्याबाबत विचार करणारा 'माणूस' असतो!"

लवंगी हसली.

"संभव... सांगते मी! तुम्हाला चुकून एक रानमांजर दिसलं ना... तशी सहा आहेत माझ्या संग्रही! ती या घराच्या तळघरात डांबून ठेवलेली असतात, इतर वेळी त्यांना सोडलं की ती उकिरड्यावरचे अन्न... फळं... पक्षी... कशावरही गुजराण करतात. नागपाल-तुमचा अतिरेकी-त्याला दोन दिवस लपून राहायचं होतं. त्यानं इन्स्पेक्टरला क्रशरमध्ये चिरडून मारलं होतं. मी त्याला दोनऐवजी पाच-सहा दिवस आग्रहाने ठेवून घेतला. या चार दिवसांत सहाच्या सहा रानमांजरांना मी अन्नाचा कणही मिळू दिला नाही. पाचव्या रात्री... सहा रानमांजरं नागपालच्या देहावर तुटून पडली, तर पंधराव्या मिनिटाला मागमूस नाही उरला त्याचा!"

"माय गॉऽड!"

"तुम्हाला खात्री करून घ्यायची असेल, तर मागच्या कोरड्या विहिरीत उतरा. त्याच्या बुलेटचे जळके अवशेष अजून पडलेले आहेत!"

संभव बराच वेळ सुन्न बसून राहिला. इतकी सुंदर स्त्री मनोरुग्ण वगैरे असावी, अशी शंका त्याला येऊ लागली.

"हा एकशेपासष्टावा अतिरेकी, संभव!'' लवंगी ट्रान्समध्ये जात, हळुवार आवाजात सांगत होती, "मी आहे, आणि माझी सहा रानमांजरे आहेत, तोपर्यंत या भागातले दरोडेखोर अन् अतिरेकी असेच संपत राहणार! कारण माझ्या आयुष्यात दुसरं काही उरलेलंच नाही. चौदा वर्षांपूर्वी हे घर भरलेलं होतं. नवरा... सासू सासरे.... तीन मुलं... मी... अतिरेक्यांनी ते संपवलं. धुळीला मिळवलं. एक भ्रष्ट स्त्री मात्र मागे उरली. त्या बरबादीचा सूड उगवण्याकरता!''

लवंगी हळुवार आवाजात आपली व्यथा संभव नावाच्या 'मित्राला' कथन करत होती. मनावरचा भार हलका करत होती, त्याच वेळी–

आपण 'मित्र' संभव आहोत का, पोलीस 'संभव पराशर' आहोत, त्याबद्दल संभवच्या मनात खूप वैचारिक गोंधळ माजला होता.

त्या एका निर्णयावर पुढचं सारं काही अवलंबून होतं.

❑❑❑

असं... आणि तसंही!

व्यवसाय करण्याची प्रत्येकाची एक स्वतंत्र अशी पद्धत असते. त्या व्यवसायातील नीति-नियम पाळून वा न पाळूनही त्या त्या व्यावसायिकाचं मूलभूत वेगळेपण हे त्याच्या स्टाइलमध्ये डोकावतंच.

माझीही स्वतःची एक पद्धत आहे. मी जरी धंदेवाईक मारेकरी असलो, तरी काही नीति-नियम मी काटेकोरपणे पाळतो. उदाहरणार्थ, 'धंदेवाईक' म्हटलं की सर्वसामान्यांची अशी कल्पना असते, की जो कसलाही विधिनिषेध न बाळगता भल्याबुऱ्या मार्गाचा अवलंब करून आपलं उद्दिष्ट साधतो, तो धंदेवाईक!

आमच्या व्यवसायाबाबत तर लोकांच्या कल्पना फार वाईट असतात!

माणसाला मारण्याचं कामच मुळात माणुसकीला सोडून आणि पूर्णतः बेकायदेशीर! अशा व्यवसायाकडून कसल्या नीतीच्या वगैरे अपेक्षा करायच्या?

अर्थात लोकांना मी मुळीच दोष देणार नाही. आमच्या व्यवसायात कोणत्याही भावनेला स्थान न देता, अतिशय थंडपणे डोकी उडवणारी माणसंच जास्त आहेत. ठरला पैसा मिळण्याशी अन् काम पूर्ण होण्याशी तेवढा त्यांना मतलब असतो. तुम्ही त्यांच्या दरानुसार त्यांचे पैसे मोजायला तयार असलात तर, सगळे पैसे रोख घेऊन ते तुमचंही डोकं उडवून तुमच्याच पायाशी ठेवायलाही तयार होतील!

माझं तसं नाही.

शेठ नागपाल माझ्याकडे आले, तेव्हा त्यांनाही मी हेच सांगितलं.

म्हणालो,''शेठजी... तुमच्यापाशी भरपूर पैसा आहे, आणि तुम्ही मला मागेन ती रक्कम द्यायला तयार आहात; आणि अशी कामं करणं हा माझा धंदाच आहे! तेव्हा, तुमचं काम होईल अशी तुम्ही शंभर टक्के खात्री बाळगायला हरकत नाही.''

तर, माझं पुढचं बोलणं ऐकण्याआधीच शेठजी खुष होऊन हसले. म्हणाले,

''राका, तुझ्याबद्दल मी हेच ऐकून आहे. म्हणून तर इतर कुठेही प्रयत्न न करता, मी थेट तुझ्याकडेच आलो! माझा तुझ्यावर पूर्ण विश्वास आहे. काय? तू नुसता आकडा सांग...संध्याकाळी मी ती रक्कम तुझ्याकडे रोख पोचवण्याची व्यवस्था करतो. तू काम कसं करणार, याच्याशी मला काहीही देणंघेणं नाही. फक्त तू ते दिलेल्या मुदतीत पूर्ण केलेलं असलं म्हणजे झालं. काय?''

''नागपाल शेठ,'' त्यांच्या बोलण्याचा मनावर जरासाही परिणाम होऊ न देता मी अत्यंत सावधपणे म्हणालो,''मी एकदा काम स्वीकारलं, की ते होणार–त्याबद्दल तुम्ही शंका बाळगू नका. पण मुख्य मुद्दा हा आहे, की मी ते अजून स्वीकारलेलं नाही!''

ते एकदम उडालेच.

''राका... माणसं मारणं हा तुझा धंदा आहे?''

''होय, आणि त्यासाठी भरपूर वेळ लागतो, नि मी भरपूर पैसे घेतो.''

''ते मी द्यायला तयार आहे. वेळेचं आपण पाहू. मग तुझी अडचण काय आहे?''

''अडचण अशी आहे, की मी इतर मारेकऱ्यांसारखी उगाच माणसं मारत नाही!''

''म्हणजे?''

''शेठजी.... ज्या व्यक्तीला मारायचं आहे, ती निष्कारण मरत नाहीये, हे पटल्याशिवाय मी काम स्वीकारत नाही!''

नागपालशेठ वेडसर नजरेनं माझ्याकडे एकटक पाहत राहिले. त्यांच्या

मनाचा खूप गोंधळ उडालेला दिसत होता, आणि ते साहजिक होतं.

"कमाल आहे!" ते स्वत:शी बोलत असल्याप्रमाणे पुटपुटले, "मैला वाहून नेण्याचं काम स्वीकारलेला सफाईकामगार फक्त मैला वाहून नेतो! तो असं म्हणतो का, हा याला मी वाहून नेईन; खराब नाही!"

मला त्यांच्या त्या उदाहरणाचा रागही आला आणि हसूही आलं!

एका वाक्यात त्या माणसानं मरणाऱ्या माणसाला मैल्याच्या रांगेत नेऊन बसवलं होतं, आणि माझ्या व्यवसायाची बरोबरी मैलावाहकाशी केली होती.

पण ते स्वगत बोलले होते. मला ऐकू आलं असलं, तरी ते वाक्य माझ्यासाठी नव्हतं. म्हणून मी कोणतीही प्रतिक्रिया व्यक्त न करता मख्ख बसून राहिलो.

"तुझं म्हणणं तरी काय आहे, राका?" त्यांनी शेवटी वैतागून विचारलं.

मी शांत. या शांतपणाची मला चांगली सवय झाली आहे. गेल्या कित्येक वर्षात मला डोकं आऊट होणं वगैरे प्रकार आठवतच नाहीत.

म्हणालो, "नागपालशेठ, माझं म्हणणं अगदी सोपं आहे. ज्या व्यक्तीच्या खुनाची सुपारी देण्यासाठी तुम्ही माझ्याकडे आला आहात... तिची तर संपूर्ण माहिती तुम्ही मला द्याल?"

"होय."

"बास तर. त्याच्या जोडीला, ती मरावी असं तुम्हाला का वाटतं, तेवढंच तुम्ही मला सांगायचं आहे. ते पटलं तर — "

"वा!" शेठजी एकदम विंचू चावल्यासारखे ओरडले. खूप काही लक्षात आल्यासारख्या हावभावांसकट म्हणाले, "म्हणजे काम स्वीकारलंस तर तुला पैसे मिळतील, त्याच्या कित्येक पट न स्वीकारल्यास मिळतील... नाही का?"

"कसं काय?" मी बुचकळ्यात पडत विचारलं.

"तुला माझी रहस्यं माहीत होणार, नि त्यांच्या जोरावर–"

"ब्लॅकमेल? तो आपला धंदा नाही शेठ! तुमचा विश्वास नसेल तर

तुम्ही जाऊ शकता!''

ते जाणार नाहीत हे मला शंभर टक्के अपेक्षित होतं. माझ्याकडे आलेला कोणताही माणूस सुरुवातीला असाच अपसेट होतो. पण निघून जात नाही. पटवून द्यायला तयार होतो.

मी मुद्दामच त्यांच्याकडे दुर्लक्ष केलं. पाच मिनिटं त्यांना विचार करायला सवड दिली. पाचच मिनिटांत ते ताळ्यावर आले. म्हणाले,

''ठीक आहे, तू ब्लॅकमेल करणार नाहीस, यावर विश्वास ठेवतो!''

''अवश्य ठेवा.''

''कदाचित... तू काम स्वीकारशीलही! मग प्रश्नच उरणार नाही!''

''बिलकूल उरणार नाही.''

''ऐक.''

नागपालशेठ अगदी सावधपणे सांगायला लागले.

त्यांच्यापेक्षाही सावधपणे मी ऐकायला लागलो...

या व्यवसायात राहून राहून मला माणसाच्या स्वाभाविक प्रवृत्तींबद्दल बऱ्यापैकी कळायला लागलं आहे. माणूस अगदी तसंच कारण असल्याशिवाय माझ्याकडे येत नाही. येण्यापूर्वी तो प्रचंड मानसिक ताणांमधून गेलेला असतो. फार विचार करून त्यानं हा निर्णय स्वीकारलेला असतो.

अर्थात,मी हे स्वतः खून करू न शकणाऱ्या 'गिऱ्हाइकाबद्दल' सांगतो आहे. रागाला बळी पडून म्हणा भावनेच्या भरात म्हणा, खून करून मोकळी होणारी माणसं मी विचारातच घेत नाही. कारण ही माणसं असं एखादं कृत्य त्यांच्या उभ्या आयुष्यात एकदाच करू शकतात. जी पुनःपुन्हा करतात, ती सायकिक असतात.

गिऱ्हाईक' सायकिक नसतं. म्हणूनच, त्याच्या शब्दांवर मी विश्वास ठेवतो. अगदीच फायदा असल्याशिवाय माणूस खोटं बोलत नाही, असा माझा अनुभव आहे आणि माझ्याकडे येणारं बहुतेक गिऱ्हाईक कोंडमाऱ्याने इतकं वैतागलेलं असतं, की एकदा सांगायला सुरुवात केली,की ते सगळं भडाभडा ओकून टाकतं! आवर्जून खोटं बोलण्याची,दिशाभूल करण्याची

त्याला संधीच उरत नाही.

नागपालांनी मला त्यांची सर्व कहाणी सांगितली.

माझा विश्वास बसला.

मी त्यांचं काम स्वीकारलं.

संध्याकाळी त्यांच्या पी. ए. नं. मला माझे पन्नास हजार रुपये रोख आणून दिले.

नागपालशेठ निश्चिंत झाले.

नागपालच्या कहाणीत विश्वास न बसण्यासारखं काहीच नव्हतं, आणि चकित होण्यासारखंही काही नव्हतं.

नागपाल हे चाळीस वर्षांचे अतिशय श्रीमंत, यशस्वी उद्योगपती होते. त्यांच्या एकूण व्यक्तिमत्त्वावर एक खानदानी श्रीमंतीची झळाळी होतीच, पण ती नसती तरी ते देखणे म्हणूनच गणले गेले असते.

वयाच्या पंचविसाव्या वर्षी त्यांचा विवाह झाला होता. आणि पंधरा वर्षांत या विवाहापासून त्यांना कोणतंही सुख मिळालं नव्हतं. त्यांना मूलबाळ झालं नव्हतं. त्यांची बायको त्यामुळे अतिशय चिडचिडी न् संतापी झाली होती. गेली पाच-सहा वर्षं घरातील शांतीही नष्ट झाली होती.

या नागपाल शेठचा एक सेल्स मॅनेजर होता, चोक्सी नावाचा. चोक्सी कामात अतिशय तरबेज होता. नागपालच्या कंपनीत आल्यापासून त्यानं दहा वर्षांत निरनिराळ्या सेल्स प्रमोशनच्या योजना राबवून कंपनीचा व्याप दसपटीत वाढवण्याचं अचाट कर्तृत्व दाखवलं होतं.

यातूनच ही समवयस्क माणसं अधिक एकत्र आली होती. त्यांच्यात मैत्री निर्माण झाली होती आणि घरात अशांत असणारे नागपाल शेठ साहजिकच, चोक्सीच्या रूपवान पत्नीकडे आकर्षित झाले होते. तिनंही हळूहळू त्यांना रिस्पॉन्स द्यायला सुरुवात केली होती आणि गेले सहा-सात वर्षं त्यांचं हे गुफ्तगू अतिशय यशस्वीपणे चाललं होतं.

यातही पुन्हा एक गमतीचा योगायोग असा, की चोक्सीदांपत्यालाही मूलबाळ नव्हतं, नि मिस्टर चोक्सींना संशय आला होता की काय कोणास ठाऊक, पण गेल्या दोन-तीन वर्षांत त्यांच्यातही सतत खटके नि कुरबुरी

चालू असायच्या!

नागपालशेठ म्हणाले,

"हे बघ राका.... माझी कोट्यवधींची इस्टेट आहे. मणि... माझी पत्नी या इस्टेटीला वारस देऊ शकत नाही. एवढी प्रचंड इस्टेट शेवटी सरकारजमाच करायची असेल तर ती मिळवायचीच कशाला?"

मी त्यांना त्यावर उपाय सुचवू शकलो असतो, पण त्यांना तो पटला नसता. म्हणणार होतो–इस्टेटीला वारस हवा म्हणून मित्राला खूष वगैरे करण्यापेक्षा, मला दत्तक घ्या की!

मी काही बोललो नाही. नुसती मान डोलावली.

"मग दुसरा विवाह करायचाच तर तो रूपताराशीच का नाही? नाहीतरी, तीही त्याच्या संसारात सुखी नाहीये."

"मिस्टर चोक्सींना तुम्ही स्पष्टपणे कल्पना दिलीत, आणि ते आपल्या बायकोला घटस्फोट द्यायला तयार झाले, तर...?"

"तो...? तो मुळीच तयार होणार नाही! उलट, माझ्यावर सूड उगवण्याकरता, माझी नोकरी सोडून, तो माझ्या प्रतिस्पर्धी ग्रुपला जॉइन होईल, नि माझं सगळं क्लायन्टाइल त्यांना देईल! शिवाय रूपतारा पुन्हा दृष्टीलाही पडणार नाही, ते वेगळंच!"

"अच्छा! आणि... मणिबेनचं काय करणार तुम्ही...?"

"ती- तिचं काय? ऑलरेडी, शी इज नॉट इव्हन लीस्ट इन्टरेस्टेड इन मी. तिला मी दहा-वीस लाख द्यायला तयार झालो, तरी ती आनंदाने माझ्या मार्गातून बाजूला होईल."

मी त्या परिस्थितीचा विचार केला, आणि शांतपणे काम स्वीकारून टाकलं!

असं ना तसं नागपालशेठ मिसेस चोक्सींवर फिदा होते. त्याही नागपालशेठशी संबंध ठेवून होत्या. मिस्टर आणि मिसेस चोक्सींची दिलजमाई होण्याची चिन्हं नव्हती. चोक्सी घटस्फोट द्यायला तयार होणार नाहीत, असं नागपालांच्या बोलण्यावरून दिसत होतं. नागपाल आपल्या बायकोशी संबंध ठेवू इच्छित नव्हते.

एकूण चित्र पाहिलं तर,

नागपाल आणि रूपतारा यांचा विवाह होणं काही गैर नव्हतं. मणिबेन, नागपाल म्हणतात–बाजूला होणार होत्या.

राहता राहिले मिस्टर चोक्सी.

तर मग... त्यांच्या मृत्यूला पर्याय नव्हता!

फार खोलात न शिरता–आढेवेढे न घेता, मी काम स्वीकारून टाकलं.

सांगितलं ना–

माझी अशी एक कामाची स्वतंत्र स्टाईल आहे.

पैसे मी कधीही रोख घेतो. पण याचा अर्थ, मी त्या रकमेला माझे प्राण गहाण टाकत नाही काही.

म्हणजे गरज पडली तर, गिऱ्हाइकाला वाचवण्यासाठी हा पठ्ठ्या फासावरही जाईल. पण उगाच काही कारण नसताना कशाला मरायचं?

अशी कामं अतिशय काळजीपूर्वक विचार करून–सर्व धोके लक्षात घेऊन शांतपणे करावीत. घाई उपयोगाची नसते. घाई केली की चूक राहणार. चूक झाली की मान अडकली.

काय उपयोग मग त्या पन्नास हजारांचा?

आरोपी.... फासावर जाण्यापूर्वी तुझी शेवटची इच्छा काय?

जेलरसाहेब... माझ्याकडे पन्नास हजार रुपये आहेत. या पन्नास हजारांच्या नोटा कापडाऐवजी वापरून मला सूट शिवून देण्यात यावा! फासावर जाताना हा नोटांचा सूट माझ्या अंगावर असावा–हीच माझी शेवटची इच्छा!

अबे हट्! अशा कित्येक पन्नास हजारांचा मला आयुष्यात उपभोग घ्यायचा आहे! म्हणूनच, नागपालशेठनं मला विचारलं-किती दिवसांत काम होईल? तर मी सांगितलं, म्हटलं,–"नागपालशेठ, घाई करू नका. तुमचं काम नक्की होईल. पण मी ते केव्हा नि कसं करू शकेन, त्याबद्दल पंधरा दिवस मी काहीही निश्चितपणे सांगू शकणार नाही."

ते जरा नाराज झाले, पण त्याला मी काय करू?

चोक्सींवर चोवीस तास नजर ठेवायला पाहिजे. त्यांची दैनंदिनी डोक्यात बसली पाहिजे. त्यांच्याकडे कोण येतंजातं... ते केव्हा एकटे असतात... फिरायला जातात का...पार्ट्या अॅटेन्ड करून रात्री-अपरात्री एकटे येतात का...

हे सगळं इत्थंभूत मिळवायचं. त्याचा बारकाईने अभ्यास करायचा. त्यानंतर दहा-बारा रफ प्लॅन्स तयार करायचे. त्यांचा तुलनात्मक अभ्यास करायचा. या प्लॅन्समध्ये दोष हुडकायचे. त्यांचा बंदोबस्त करून प्रत्येक प्लॅन निर्दोष करण्याचा प्रयत्न करायचा, आणि इतकं झालं की यातलं काही...त्यातलं काही...असं करून, मास्टर प्लॅन!

खणखणीत व्हायलाच पाहिजे!

आणि मास्टर प्लॅन नुसता कागदावर खणखणीत करून नि डोक्यात बसवून भागत नाही. तालमी कराव्या लागतात, तालमी! कारण बाह्य घटनांचा आपण मास्टर प्लॅन करताना विचार केलेला नसतो. हे धोके तुम्हाला तालमीत समजतात!

या धंद्यात अगदी नवखा होतो, तेव्हाची एक गंमत सांगतो. म्हणजे गंमत आता वाटते; तेव्हा गोट्या कपाळात गेल्या होत्या!

तेव्हाही मी माझ्या कुवतीनुसार प्लॅन वगैरे तयार केला होता. पण तालीम-बिलीम नाही. अगदी ठरल्याप्रमाणे ऑन द डॉट सगळं पार पडत गेलं. पण...निवान्त म्हणून मी खुनाची जी वेळ निवडली होती, त्याच वेळी गस्तीचा पोलीस त्या घरावरून जातो, हे कुठे माहीत होतं?

आत मी त्या माणसाच्या छाताडात सपकन सुरा रुतवाला;

तो 'ऑक्' करून घुसमटला.

आणि दारापाशी पावलं थांबली!

"कोण आहेऽ? महम्मदभाई... आलबेऽल?"

"आलबेऽल!"

पावलं पुढे गेली, आणि मी झटकन खाली बसलो!

हा महम्मदभाईंचा आवाज नाही हे पोलिसाच्या लक्षात आलं असतं

तर? किंवा त्याला काही संशय आला असता तर...?

तेव्हापासून 'धडा' घेतला.

तालीम हवी, तालीम!

पण त्यामुळेच, त्यानंतर तसा प्रसंग कधी आला नाही. तो पहिला न् शेवटचा!

तीन आठवडे मी क्षणभरासाठीही चोक्सीशिवाय कसलाही विचार करीत नव्हतो. आणि इकडे हे नागपालशेठ!

क्या करता है राका, तुम कुछ करता है या नहीं?

काय सांगणार?

तब्बल एक महिन्यानं नागपालशेठ समोर जाऊन उभा राहिलो.

ते काही बोलायच्या आत आपलं पहिलं वाक्य–

"नागपालशेठ... तुम्ही थोडी मदत केलीत तर, या महिन्याच्या तेरा तारखेला चोक्सी रात्री साडेअकरा ते बाराच्या दरम्यान संपलेले असतील!"

एन. पी. चोक्सी हा तसा चाकोरीप्रिय माणूस होता. दर आठवड्यातल्या दर वारी काही गोष्टी तो अगदी नियमितपणे करीत असे.

त्यातली ही एक–

शनिवारी संध्याकाळी सात वाजता मालाड पूर्व भागातल्या आपल्या बंगल्यातून तो कार घेऊन बाहेर पडत असे. पश्चिम भागात लिबर्टी गार्डनपाशी पोचखानवालाकडे येत असे. दोघं मिळून छानसं स्कॉच पीत आपल्या कॉलेजातल्या बहारदार दिवसांमधल्या आठवणींमध्ये रंगून जुन्या गाण्यांच्या रेकॉर्ड्स ऐकत.

अकरा-साडेअकराला खाना वगैरे उरकून पोचखानवालाला गुडनाईट करून, चोक्सी कार घेऊन निघत असे. बारा-साडेबारापर्यंत बंगल्यावर हजर.

तेरा तारखेच्या शनिवारीही एन.पी. नं संध्याकाळी आवरायला घेतलं, आणि त्याच वेळी पी. ॲन्ड टी. चा युनिफॉर्ममधला एक माणूस बंगल्याच्या दाराशी येऊन उभा राहिला.

तार होती.

एन. पी. नं. सही करून तार घेतली, वाचली.

"रूपतारा, स्टार्ट इमिजिएटली–दाजी."

तार वाचून त्याच्या कपाळावर आठ्यांचं जाळं पसरलं.

म्हातारा साला एकशेदोन वर्षांचा झाला.

स्वत: मरत नाही न् दुसऱ्याला जगू देत नाही!

दिवसेंदिवस आणखीनच सर्किट होत चाललाय!

मनात आलं की केव्हाही आपला पणतीला तार करून बोलावून घेतो.

काय तर म्हणे, बघावंसं वाटलं!

त्यासाठी हजार-पाचशेचा भुर्दंड प्रत्येक वेळी मला! आणि तार आलीय म्हणजे रूप जाणार!

जा बाई जा! तेवढेच चार दिवस डोक्याला शांतता मिळेल माझ्या. एन. पी. नं रूपताराला हाक मारून तार तिच्या हातात दिली.

वाचून तिनं डोळ्यांना पदर लावला.

एन. पी. नं तिला ठक्कपणानं सांगितलं."तुला जायचं आहे ना? जा, वीस पंचवीस रुपये वर दिलेस की गाडीत जागा मिळेल. सकाळी अहमदाबादला पोचशील."

रूपतारा जाण्याच्या तयारीला लागली.

एन. पी. आपलं आवरून बंगल्यातून बाहेर पडला.

दफ्तरी रोडनं स्टेशनच्या चौकापर्यंत. तिथून राइट टर्न.

रेल्वे लाईनच्या खालून वेस्टकडे.

दहा मिनिटांत पोचखानवालाकडे.

आज घरी परतल्यावर रूपाताराचं रडकं थोबाड पाहावं लागणार नाही, म्हणून एन. पी. विशेष आनंदात.

खूप प्यायला, भरपूर गप्पा मारल्या. खळाळून हसला. दाबून जेवला.

एकदम फॉर्ममध्ये.

बऱ्याच दिवसांनी अशी मैफिल रंगलेली.

पण साडेअकराला निघायचं म्हणजे निघायचं.

पोचखानवाला म्हणत होता रूपाभाभी पण बंगल्यावर नाहीये, तर

थांब रात्री इथेच. उद्या सुट्टीच आहे. रात्रभर पिऊ, गप्पा मारू.

नाही, ऐकलं नाही.

जातो म्हणाला.

निघाला.

परतीचा रस्ता तोच.

पुलाखालचा रस्ता बराच निर्मनुष्य झालेला.

कार तिथपर्यंत आली, आणि अचानक असं का व्हावं, एन. पी. ला कळू शकलं नाही; पण डोक्यात घणाचा घाव घातल्यासारखा, एन. पी. सुन्न झाला. क्षणभरासाठी डोळ्यांसमोर काळोख पसरला. तो घाव खरा होता, ते लक्षात येण्याआधीच त्याची कार पुलाच्या खांबावर जाऊन धडकली. त्या धक्क्यानं नाही; आपण बाहेर मुद्दाम फेकले जात आहोत, हे काही त्याला कळलं नाही. डोकं कशावर तरी फारच जोरात ठेचलं गेलं. ही त्याची शेवटची जाणीव!

माझं काम म्हटलं तर सोपं होतं, म्हटलं तर अवघड!

सोपं अशासाठी, की मी कारमध्ये मागच्या सीटवर बसलो आहे, हे चोक्सीच्या लक्षातही येणं शक्य नव्हतं.

आणि अवघड अशासाठी, की ॲक्सिडेंट कारमध्ये मी स्वत: होतो!

पण तसलं काही झालं नाही. अगदी वेळ आलीच तर दारातून बाहेर उडी घेण्याची माझी पूर्ण तयारी होती. पॅडिंग वगैरे करून ठेवलं होतं.

उलट, कार त्या मानाने जरा हळू आपटल्यामुळे, मला चोक्सीच्या डोक्यावर आणखी एक फटका मारून त्याला बाहेरच्या खांबावर आपटावं लागलं! तो मेल्याची खात्री करून घ्यावी लागली.

शांतपणे कारमधून उतरलो. स्टेशन रोडच्या दिशेनं चालायला लागलो.

अचूकपणे, प्लॅटफॉर्मवर येताच चर्चगेट लोकल मिळाली.

दादर.

शिवाजी पार्कवर नागपालशेठच्या बंगल्यावर जाऊन खबर दिली, की सुटलो.

मालाड सुटत असतानाच झोप लागली.

डोळे उघडले तेव्हा लोकल माटुंगा रोड सोडत होती.

दारात येऊन उभा राहिलो.

वारं अंगाशी झोंबू लागलं, तसं फ्रेश वाटलं.

डोळ्यांवरची झोप उडाली.

दादरला ब्रिज चढून वर आलो, तर...

क्षणभर थबकलो.

बारकाईनं निरीक्षण केलं.

आरिफ!

हा एक इसम कधी आवडत नाही.

आहे आमच्याच धंद्यातला, पण स्वतःला वेगळा कोणीतरी मानतो. फार शहाणा समजतो. मी त्याच्याशी सहसा बोलत नाही. पण...

चेहऱ्यावर प्रसन्न हास्य...डोळ्यांमध्ये लालसर तरी.... चालण्यात एक मग्रूरपणा...

ही सगळी लक्षणं माझ्यात शतांशानंही नसली तरी, ती कसली असतात ते मला माहितीय. मी त्याच्याकडे पाहत असतानाच त्याचंही माझ्याकडे लक्ष गेलं.

हसला.

"क्यों आरिफ.... धंदा तेजी में दिखाई देता है आजकल?"

"हाँ... चल कुछ खाते हैं."

त्याचा आवाज ऐकून तर माझी खात्रीच पटली.

म्हटलं–चल, खाते हैं तर खाते हैं. नाहीतरी मलाही सॉलिड भूक लागली आहेच.

हा एक काय अजब प्रकार आहे, कधी टोटल लागलेली नाही.

काम उरकलं, की पोटात आग पडल्यासारखी भूक लागते!

स्टेशनबाहेर लिव्हर फ्राय, भेजा फ्राय आणि प्रॉन्स पुलाव असं मजबूत खाल्लं. कधी नव्हे तो आरिफ मला पोचवायला प्लाझापर्यंत आला.

सिगारेट संपेपर्यंत बोलत थांबलो.

विचारलं, "तू अभी काम करके आया क्या?"

"हाँ."

"कुछ गडबड नई ना?"

"नाऽय! एकदम आसान था यार!"

आमच्या धंद्यातले हे अलिखित नियम आहेत. पार्टीची नावं वा माहिती विचारत नाहीत. ठरलेली रक्कम कोणी सांगत नाही.

आरिफनं ते टाळून जुजबी माहिती सांगितली.

"गिऱ्हाईकका चक्कर चला था साला 'शिकार' के लौंडी के साथ! बोला, शिकार को उडा दो; सुभे पैसे लेके जा! आपुन को क्या - उडा दिया! ये हरामी अब एकदम बडा बन गया समझो. शिकार मर गया तो उसका पैसा जायदाद.. बीबीकोच मिलेगा ना? और वो औरत साली गिऱ्हाईकपर मरती है। पाँचो उँगलियाँ स्कॉच में साला! ना?"

तो बोलत असताना मी नेहमीच्या शांतपणे ऐकत होतो.

मध्येच त्यानं विचारलं.

"तेरा बोल बे राका... कैसे चला है?"

"ठन्डा है!"

आरिफ खुष होऊन स्वत:शीच हसला.

म्हटलं,"जाऊँ क्या? नीन्द आ रही है."

"हॉ- मैं भी चलाच!"

आरिफ गेल्यावर मी शिवाजी पार्ककडे न जाता प्लाझाच्या कट्ट्यावर चढून बसलो. सगळ्या गोष्टींचा बारकाईने विचार केला. लिंक्स जोडल्या आहेत ना–या आरिफासारख्या थर्ड क्लास मारेकऱ्यांचं हे असं होतं!

पैसे घेतलेले नाहीत.

उद्या सकाळी कोणाकडून घेणार आता हा?

त्याचं 'गिऱ्हाईक' च मी आता उडवून आलो ना!

हां, त्यानंही माझं 'गिऱ्हाईक' उडवलं, पण...

❑❑❑

'फोन' घोळ...

आपल्याला एवढ्या तातडीने का बोलावून घेण्यात आलं, याची कुणालला कल्पना नव्हती. हॉलमध्ये आल्यावर इतकं समजण्यासारखं होतं, की काहीतरी अशी समस्या आहे, जिची उकल करण्यासाठी सगळं कुटुंब उपस्थित असण्याची आवश्यकता भासावी!

अशी कोणती समस्या असू शकते, जी आपले दादा आणि काकांच्या मदतीनेही आजोबांना सोडवता येत नाही?

आणि, अशा समस्येबाबत आपण काय सल्ला देऊ शकणार?

नाही. मोठ्या माणसांच्या समस्यांबाबत लहानांना सल्ला विचारण्याची धर्माधिकारी घराण्याची परंपरा नाही. सल्ला-मसलती मोठ्यांमध्ये होतात; निर्णय तेवढे जाहीर होतात, ज्यांचं पालन तेवढं इतरांनी करायचं असतं!

अरे...! आपल्या बॅचपैकी फक्त आपण तेवढे आहोत! मिलिंद, राधा, श्याम, दर्पणा...इतर कोणाला निरोप पाठवलेले दिसत नाहीत.

म्हणजे, असं तर नसेल, की... समस्या आपणच आहोत, नि...

ती शक्यता मनात डोकावताच, कुणालच्या काळजाचा ठोका चुकला!

कसं हे लक्षात आलं नाही. तर, त्याचं बिंग नक्की फुटलं होतं!

आता? आल्या प्रसंगाला कसं तोंड द्यायचं?

त्याचं मन त्याला असं खच्ची करीत असतानाच, तो हॉलमध्ये आल्याचं इतरांच्या लक्षात आलं. कोणीतरी येणार, म्हणून नीट आवरून ठेवूनही प्रत्यक्षात येणारी व्यक्ती आली, की पुन्हा जरा ठीक ठाक व्हावं,

अशी हॉलमधली बिचारी शांतता, कुणालच्या येण्यानं आणखीनच गंभीर झाली.

"आले, हे विद्वान आले!"

कोणीतरी उद्गारलं, इतरांनी नुसतीच त्याच्या येण्याची दखल घेतली.

"मला बोलावलं दादा?" कुणालनं कोरड्या ओठांवरून जीभ फिरवत विचारलं.

त्याच्या दादांनी 'तुझ्याकडून अपेक्षा नव्हती!' अशा दुःखी नजरेनं आपल्या मुलाकडे पाहिलं. मग मान खाली घालून, ते विचारमग्न बसून राहिले.

"कुणाल..." आजोबांनी गंभीर आवाजात म्हटलं, "आपलं धर्माधिकारी घराणं गेल्या पाच पिढ्या गावात आदर्श वंदनीय घराणं म्हणून मान्यताप्राप्त आहे! मी प्रवचनकार आहे. तुझे वडील सिव्हिल जज्ज आहेत. एक काका वकील आहे. दोघं डॉक्टर आहेत. तुझा मोठा भाऊ विशाल इंजिनिअर आहे. मिलिंद गव्हर्नमेंट कॉन्ट्रॅक्टर आहे. दर्पणा ब्युटिशियन आहे. तू स्वतः उत्तम डॉक्टर होशील, त्याबद्दल कोणाच्या मनात शंका नाही."

"मी तुला एम. डी. / एम. एस. करण्यासाठी इंग्लंड/अमेरिकेला पाठवण्याच्या तयारीत आहे!" दादा म्हणाले "विचारा त्याला-त्याचा पासपोर्टदेखील आला आहे!"

आपल्या खानदानाच्या कर्तृत्वाची यादी आपल्यापर्यंत येऊन ठेपली आहे. आता, या पार्श्वभूमीवर आपला अपराध सांगितला जाणार. तो असाच ठरणार!

हळू हळू कुणालच्या मनाची तयारी होऊ लागली होती. लपून राहत नाहीच म्हटल्यावर, त्याची भीती कमी झाली होती. मनात बंडखोरीचे विचार उसळू लागले होते.

आयला! खानदानाचं उच्च शिक्षण आणि प्रेमाचा काय संबंध?

प्रेम कोणीही - कोणावरही करू शकतं! पाचवी नापास, हॉटेलातला वेटरही प्रेम करू शकतो, आणि फॉरीन रिटर्नड् डॉक्टर, वकीलही करू शकतो! असलाच तर, तिथे बुद्धी आणि पौरुषत्व याच दोन गोष्टींचा संबंध

असतो! बुद्धी पोरगी गटवण्यासाठी आणि पौरुषत्व.....!

एम. बी. बी. एस. च्या टर्म्स भरणाऱ्या तरुणाला खानदानाच्या मोठेपणाचा वास्ता वगैरे देऊन प्रेम करण्यापासून कसं नि किती वेळ परावृत्त करू शकणार तुम्ही?

मनात स्वतःच्या प्रेमाबाबतची अशी भूमिका तयार होताच, कुणाल चौफेर हल्ल्याला तोंड द्यायला सिद्ध झाला. फटाफट निर्णय घेत, तो या निर्णयापर्यंत येऊन ठेपला- बास! माझ्या प्रेमाला घरचा विरोध असेल, तर या क्षणी मी घरादारावर लाथ मारतो! मला तुमची इस्टेटही नको नि तुमचं रेप्युटेशनही नको! तुमच्या बेगडी इज्जतीपेक्षा मला माझी मृणालिनीच जास्त प्रिय आहे!

''दादा....धर्माधिकारी घराण्याबद्दल जी माहिती साऱ्या गावाला आहे, ती मला पण आहे!'' तो शांतपणे म्हणाला, ''तीच ऐकण्याकरता माझा अभ्यासाचा वेळ का घालवताहात तुम्ही?''

''त्या माहितीत तुझ्या पराक्रमांची भर पडू नये, म्हणून!'' काका आवाज चढवून उद्गारले.

''अभ्यासाचा वेळ- हं! नाही ते धंदे करायला ह्याच्यापाशी वेळ आहे-''

''होऽ, तेव्हा अभ्यास नाही आड येत!''

''एक मिनिट!'' कुणाल निग्रहाने म्हणाला, ''इकडून-तिकडून, नाही-नाही ते आरोप करण्यापेक्षा तुम्ही, तुम्हाला काय म्हणायचं, ते स्पष्टपणे म्हणा!''

''तुला उघड-उघड करताना लाज वाटत नसेल; आम्हाला उच्चार करतानाही-''

''असं काय केलं, आजोबा मी?''

''काय केलं?''

''काय करायचं ठेवलंयस?''

''कुणाल, तुझ्याकडून अशा स्वैराचारी वर्तनाची कधीच अपेक्षा नव्हती!''

“स्वैराचार?” कुणालनं त्या आरोपाने भडकून उठत विचारलं, “काय, स्वैराचाराची व्याख्या तरी काय आहे तुमची, वकीलसाहेब?”

“कोणताही विधिनिषेध न बाळगता, उपलब्ध तरुणी-प्रौढा-कुमारिका-विवाहित-विधवा स्त्री....कोणाशीही संबंध ठेवणं, याला सभ्य माणसं स्वैराचार म्हणतात!”

“आणि हा आरोप-”

नाही, काहीतरी घोटाळा आहे! प्रचंड गडबड आहे!

सगळं घर एकत्र होऊन, हा गचाळ आरोप आपल्यावर करतंय, त्या अर्थी, कोणीतरी ह्यांचे कान फुंकलेत. ते व्यवस्थित पटावेत अशा पद्धतीने, तिखट-मीट लावून सांगितलंय. त्यासाठी कदाचित् खोटे पुरावे निर्माण केलेत!

आणि असे आरोप पटले असतील, तर धर्माधिकारी दुखावले जाणारच! त्यांच्या खानदानात असली कृत्यं कोणी मनाने पण केली नाहीयेत!

आपण शांत राहिलं पाहिजे. आरोपांची शहानिशा केली पाहिजे. ते खोटे आहेत, हे ऑन द स्पॉट सगळ्यांना पटवून दिलं पाहिजे. नाहीतर, विनाकारण अनर्थ होईल.

-स्वैराचार?

आपलं गेली दोन वर्षं मृणालिनी एके मृणालिनीशी अफेअर आहे. दुसऱ्या कोणा तरुणीबद्दल आपल्या मनात 'ती' भावनापण कधी निर्माण झालेली नाही!

असं असताना, विवाहिता....विधवा....कुमारी....ही काय भानगड आहे?

कोण तो हरामखोर - ज्यानं हे विष इतक्या बेमालूमपणे सगळ्यांच्या मनात पेरलं? असं करण्यात, कोणाचा फायदा आहे?

“का रे, गप्प झालास?”

“बोलायला तोंड आहेच कुठे?”

“आजोबा....काका....दादा....” कुणाल एकदम शांत होत म्हणाला, “मी तुम्हा सर्वांचा मान राखून, नम्रपणे इतकंच सांगू इच्छितो–ज्या धर्माधिकारी घराण्याबद्दल तुम्ही अभिमानाने, ताठ मानेनं बोलता, त्याच धर्माधिकारी

खानदानाचं शंभर टक्के रक्त माझ्याही धमन्यांमधून वाहतंय! मलाही माझ्या घराण्याचा तुमच्याइतकाच अभिमान आहे. माझ्या हातून असं कोणतंही कृत्य घडलेलं नाही- घडणार नाही, ज्यासाठी धर्माधिकारींची नजर क्षणभरासाठी खाली झुकावी!''

कुणालच्या त्या बोलण्यानं सगळ्यांनाच विचारात पडायला झालं. त्याच्यावर विश्वास ठेवावा, असं वाटू लागलं.

मुळात, कुणाल हा घरातल्या सर्वांचाच आवडता मुलगा. त्याचं दिसणं...वागणं... बोलणं... सगळं आदबशीर, सुसंस्कृत. त्याची हुषारी... अभ्यासातली चिकाटी... त्याचं थ्रू - आऊट डिस्टिंक्शन-करिअर–सगळंच प्रॉमिसिंग.

असा मुलगा, असलं काही करेल...

पण मग... ते...

आपल्या बोलण्याचा योग्य तो परिणाम साधला जातोय हे लक्षात येताच, कुणालचा विश्वास दुणावला. कोणीतरी 'काशी' केल्याची त्याची खात्रीच पटली. तो उत्साहाने म्हणाला,

''दादा... तुमचा मुलगा असा स्वैराचारी असूच शकत नाही! तुमची तरी खात्री असायला हरकत नव्हती! लक्षात घ्या - काहीतरी समजुतीचा घोटाळा आहे. कोणीतरी व्यवस्थित प्लॅनिंग आखून, तुम्हा सर्वांचे कान फुंकलेत! नुसते गचाळ आरोप करण्यापेक्षा, तुम्ही मला सारं काही सांगा. विचारा. मला स्पष्टीकरणाची संधी द्या. मी ते नाहीच करू शकलो, तर तुम्ही म्हणाल ते मी मान्य करीन. धर्माधिकारी घराण्याची इज्जत जाऊ नये, म्हणून एका पायावर–अस्सा घरातून बाहेर पडीन!''

अस्वस्थ होत, दादांनी आजोबांकडे पाहिलं, तर तेच अस्वस्थपणे विचारात गढून गेले होते.

कुणाल कोणालाही डिस्टर्ब न करता, सर्वांच्या निर्णयाची वाट पाहत राहिला.

आपल्यावर खुद्द घरच्याच माणसांनी असा आरोप केला!

लिनीला सांगावं का हे?

तिची काय प्रतिक्रिया असेल?

खदखदून–करमणूक झाल्यासारखी–हसेलच ती तर! 'माझं न् कुणालचं लफडं आहे!' असं एखाद्या बाईनं शपथ घेऊन सांगितलं, तरी विश्वास बसणार नाही तिचा!

'का....बसेल?'

या मुलींचा काही भरोसा नाही देता येत! त्यांच्या मेंदूतले कोणते सेल्स् केव्हा सुरू होतील, नि कोणते केव्हा मृत पावतील... परमेश्वरालाच माहीत!

समजा, तिनं असा विचार केला की, हा रोज आपल्याला भेटतो; आपल्याबरोबर हॉटेलात येतो. सिनेमाला येतो; आपण बागेत जातो... पण हा चोवीस तास काय करतो, आपल्याला कुठे माहितीय? कशातच काही नसेल, तर एक स्त्री असं सांगेलच का? विस्तवाशिवाय धूर निघतो का? कोणी राईचा पर्वत केला, तर ते चूकच आहे; पण मुळात राई तरी का असावी?

आईशपऽथ... हे लिनीला कधीही सांगायचं नाही! निदान, लग्न होईपर्यंत तरी नकोच नको!

आणि असं आहे–समजा, तिचा आपल्यावर... आपल्या प्रेमावर... आपल्या एकनिष्ठपणावर शंभर टक्के विश्वास आहे, तर काय होईल? काय होऊ शकेल?

कुणालसारख्या मुलावर, त्याच्याच घरची माणसं, मूर्खासारखा संशय घेतात!

सगळ्याच धर्माधिकारींबद्दल तिचं मत वाईट झालं म्हणजे?

याच घरात तिला नांदायला यायचंय!

कुणालच्या मनात असे उलट-सुलट विचार चालले असतानाच, आजोबांनी अगदी अचानकपणे, विचित्र प्रश्न विचारला.

''या–मिसेस, पारसनीस कोण रे?''

''अं?''

''मिसेस् पारसनीस!''

“पारसनीस? छे, या नावाच्या कोणी बाई माझ्या ओळखीच्या नाहीत!”

सगळ्यांनी थंडपणे एकमेकांकडे पाहिलं. पुढाकार घेत, एक काका म्हणाला,

“ज्या बाईबरोबर तू ‘गॅलॉप’ला जेवायला गेला होतास, त्या बाईंना म्हणे तू ओळखत नाहीस?”

“ ‘गॅलॉप’-?”

“बरोबर आहे. तू तरी किती नावं आणि ठिकाणं लक्षात ठेवणार!”

“ ‘गॅलॉप’?ओके. ते रेस्टॉरंट मला माहितीय. पण काका, या पारसनीसबाईंना मी खरंच ओळखत नाही!”

“बावीस-बत्तीस...एक मिनिट, मी पर्फेक्टच सांगतो.”

काकानं खिशातून कागदाची एक घडी काढली. ती उलगडून, एक नंबर कन्फर्म केला.

“हं, बावीस-बत्तीस नाही, बावीस-एकतीस-बेचाळीस. हा टेलिफोन नंबर कोणाचा आहे?”

“डबल टू-थ्री-वन-फोर-टू....डॉक्टर नीलम पारसवार!” कुणाल उद्गारला. मग त्यानं विचारलं,“पण काका, हा नंबर तुमच्याकडे कसा आला?”

काका एखाद्या निष्णात डिटेक्टिव्हच्या रहस्यमयपणे गालातल्या गालात हसले.

“म्हणजे, पारसनीस नाही, पण या पारसवारबाईंना ओळखतोस तर तू!”

“होऽ....त्या आमच्या मॅडमच आहेत!”

“मॅडम? धन्य आहे!” काका कपाळावर हात मारून घेत, उद्गारले.

“त्यात धन्य काय?”

“त्या मॅडम आहेत, त्यात धन्य नाही; त्यांना घेऊन तू-”

“काय काकाऽ! अहो, हे सत्याण्णवं साल संपत आलं! मेडिकल कॉलेजच्या मॅडम अन् विद्यार्थी एकत्र हॉटेलात गेले, तर तुम्हाला ‘धन्य’ वाटावं! बाय द वे...पारसवार मॅडमबरोबर आम्ही खूपदा कॅन्टीनला बसलोत;

मी त्यांना कधी 'गॅलॉप' ला नेलेलं नाही!''

"तू खोटं बोलतोस! म्हणजेच, तुला काहीतरी लपवायचंय!''

"मी आजपर्यंत कधी खोटं बोललेलो नाही!''

"असं? ठीक आहे.''

"आणि, फॉर युवर काइंन्ड इन्फर्मेशन, काका...या नीलम पारसवार पंचावन्न वर्षांच्या आहेत!''

"बरं, मग...जयश्री धामणीकर? या विधवा बाई तरी-''

"इट्स टू मच हं, काका! सतीश धामणीकर माझा मित्र आहे. ही त्याची आई आहे!''

"अरे, मी तेच म्हणतोय–इट्स टू मच!''

"ओह! हाऊ ॲब्सर्ड!''

"हे पहा...या सतीशला बहीण आहे का?''

"नाही.''

"फोनवर तू ज्या पद्धतीत बोललास, ते तू सतीशशी बोलणार नाहीस! मग उरलं कोण-?''

"फोनवर मी बोललो?''

"हो-य!''

"धामणीकरबाईंशी?''

"हो-य!''

"काय बोलत होतो?''

"सांगण्यासारखं नाही खरंतर ते, पण...सांगतोच! तू त्यांना म्हणत होतास–"राणी....काहीतरी थाप मारून तू संध्याकाळी सहा वाजता 'कला मंदिर'ला ये ना! मी 'दिलवाले-' ची तिकिटं काढून ठेवलीयत. तिथून मग आपण आपल्या नेहमीच्या अंधाऱ्या जागी जाऊ! दहाला तू घरी जा, मी रात्री अभ्यासाला होस्टेलवर जाईन!''

कुणाल पार भंजाळूनच गेला. काय बोलावं, तेपण त्याला सुचेना.

आयला! ही काय गेम असेल?

आपण हे अस्संच्या असं बोललो होतो, पण ते लिनीला! तिलाच

घेऊन आपण ‘कला मंदिर’ला ‘दिलवाले’ पाहिला.

-ही सतीशची आई कुठून उपटली, मधेच?

आणि, हे सगळं काकांना कुठून कळलं?

छे! कुठून कळलं काय, त्यांनी फोनवरचं आपलं बोलणं चोरून ऐकलं!

“काका....तुम्हाला फोनवरचं बोलणं चोरून ऐकण्याची सवय कधी लागली?” कुणालनं संतापून विचारलं.

“आपल्या घरातले तरुण चोरून लफडी करायला लागले, तेव्हाच!”

“त्याच्या चोरून ऐकण्याबद्दल आपण नंतर चर्चा करू!” आजोबा करारी आवाजात म्हणाले,“पण याचा अर्थ, तू हे बोललास! तुला आठवतंय. मान्य आहे.”

“मान्य आहे की! पण-”

नाही, असा शब्दाने शब्द वाढण्यात काहीच अर्थ नाही. नुसते वाद होतील. भांडणं होतील. निष्पन्न मात्र काहीच होणार नाही!

साला....काकांनी आपलं बोलणं ऐकलं–चोरून ऐकलं, हे ठीक आहे. पण त्याचा संबंध त्यांनी पारसवार मॅडम आणि सतीशच्या आईशी कसा जोडला?

व्हॉट्स द गेम? व्हेअर इज द सिंच?

हे त्रांगडं फार विचित्र पद्धतीनं गळ्याशी येतंय!

हे विश्वनाथकाका, फोनवरच्या आपल्या चोरून ऐकलेल्या बोलण्याचा फायदा घेऊन, स्वत:ची लफडी तर आपल्या माथी मारत नाहीयेत ना!

नाही-नाही....दॅट्स आऊट ऑफ क्वेश्चन! काका कधी अशी लफडी करणार नाहीत! तेच काय, या घरातला नोकर पण अशी लफडी करणार नाही!

आणि, ते गृहीत धरलं समजा...तरी,

काका त्यांची लफडी माझ्या नावावर का खपवतील? त्यात त्यांचा काय फायदा?

दुसरं म्हणजे, त्यात माझ्याशी संबंधितच बायका कशा असतील?

गावात आपल्या ओळखीव्यतिरिक्त दुसऱ्या बायकाच नाहीत का?

तर मग....

ही नावं काकांनी कुठून मिळवली, आणि संभाषणाचे संदर्भ त्या-त्या नावांशी कसे जोडले?

"काय रे, कुणाल," त्याच्या गप्प बसण्याचा चुकीचा अर्थ घेत, आजोबांनी विचारलं,"तो निरोप कोणाकरता होता...सांगत होतास ना? सांगता-सांगता गप्प झालास तो-?"

"आजोबा....मला परवानगी देता का? मी दहा मिनिटांत आलो!" कुणाल अजूनही कोड्यात पडल्या आवाजात म्हणाला.

"कुठे जायचं नाही!" त्याचे दादा परस्पर म्हणाले,"या प्रकरणाचा आधी सोक्षमोक्ष लावा....मग जा कुठे जायचं ते!"

"ठीक आहे." तो प्राप्त परिस्थितीशी जुळवून घेत म्हणाला,"मग, इथेच मला दहा मिनिटं विचार करायला वेळ द्या!"

त्याला खरंच विचार करणं अत्यावश्यक होऊन बसलं होतं. विचार जलद गतीने करायचा होता. कारण, असले आरोप फार वेळ सहन करणं, त्याच्या सहनशक्तीपलीकडलं होतं.

सर्वांकडे दुर्लक्ष करून, तो हॉलच्या खिडकीशी जाऊन, बाहेरची रहदारी न्याहाळत उभा राहिला. म्हणजे त्याचे डोळे रहदारीवर होते, पण सेकंदापूर्वी दारावरून ओळखीचा माणूस गेला, किंवा माल लादलेली गाढवं गेली...त्याला सांगता नसतं आलं!

जेमतेम पाच-सात मिनिटं तो एकाग्र चितानं त्या कोड्याचा सर्वांगानं विचार करीत राहिला, आणि त्याला त्या कोड्याचं उत्तरच सामोरं आलं!

अच्छाऽ....हे असं आहे तर!

मनावरचं दडपण नाहीसं झाल्यासारखा तो सैलावला. भानावर येत स्वत:शीच हसला. अतिशय प्रसन्न चेहऱ्यानं, प्रचंड आत्मविश्वासानं 'ज्युरी' कडे वळला.

"विश्वनाथकाका, या सगळ्या प्रकारला जितका मी जबाबदार आहे, तितकेच तुम्हीही दोषी आहात!"

त्याचं ते स्फोटक विधान ऐकून, सगळेच दचकले. काका तर बसल्याजागी तीनताड उडाले.

"काय, मी माझा काय संबंध?"

"मी माझं निर्दोषित्व सिद्ध करतो, म्हणजे तुमच्या ते आपोआपच लक्षात येईल!"

"अरे, चल–लागली!"

"पैज लावताय?"

"हो, हो."

"ठीक आहे. आता तुम्ही असं करा–तुमची ती जी यादी आहे ना, त्यातली माझ्याशी, तुमच्या मते, संबंधित सगळीच नावं वाचून दाखवा!"

काकांनी आव्हान स्वीकारून, ती यादी उलगडली. कुणालच्या बाजूचं बोलणं आणि ते ज्या ज्या व्यक्तींसाठी होतं, त्यांची नावं वाचून दाखवली.

त्या यादीने निर्माण होणारा अनर्थ फारच हास्यास्पद होता!

म्हणजे, यादी आणि त्यातल्या व्यक्ती खऱ्या गृहीत धरल्या तर...

डॉ. पारसवार मॅडम, जयश्री धामणीकर, विद्या, गीनू.. या नावांबरोबरच, श्रीधर दांडेकर, भीम बडदे, चैतन्य कुलकर्णी....असे पुल्लिंगीही कुणालनं सोडले नव्हते, असा त्यातून अर्थ निघत होता!

कुणाल खदखदून हसायला लागला. त्याच वेळी, हे अभिप्रेत लक्षात येऊन, इतरही हसायला लागले. तसे, काका खवळले.

"यात हसण्यासारखं काय आहे?" त्यांनी आवाज चढवून विचारल.

"नाही-? तर मग, मी 'असा' ही आहे. असं तुम्हाला म्हणायचंय का?"

"नाही, पण...."

"काका....अहो, जरा विचार करा! इतक्या स्त्रिया नि पुरुषांनाही मी बागेत अन् सिनेमाला न्यायला लागलो- त्यांच्याशी प्रणय करायला लागलो, तर गाव मला घाबरायला लागेल की!"

आता, या आरोपातला फोलपणा काकांनाही जाणवू लागला असावा. मनाविरुद्ध त्यांनाही हसू यायला लागलं. तरी आपला हेका न सोडता, ते

म्हणाले,

"काय माहीत! ट्रेस करताना, घरातल्या पुरुषमाणसानं फोन उचलला असेल....!"

"हं—याचा अर्थ, काका, तुम्ही माझ्या फोन-कॉलवर वॉच ठेवून होता! दर वेळी, तिला कॉल केला, की ओळखीतल्या सरांचा-मित्रांचा नंबर डायल करून, फोन डिसकनेक्ट करून टाकायचो! काका चोरून माझं बोलणं ऐकतायत, नि ते नंतर नेमका हाच प्रयोग करून नंबर ट्रेस करतायत...मला काय माहीत?"

काकांनी खदखदून हसत, कपाळावर हात मारून घेतला.

आजोबांसह सगळे दडपणरहित मोकळेपणानं हसायला लागले.

"आणखी काही शंका, आरोप नाहीत, असं गृहीत धरून मी जातो!" कुणाल घाईघाईने म्हणत निघून जायला लागला.

"थांब-!" तो पळून जाण्यापूर्वी आजोबा ओरडले.

कुणाल थांबला. जीव मुठीत धरून, मागे वळला.

"बाकी सगळं जाऊ दे. ही मृणालिनी दप्तरदार कोण रे....?"

ऐन वेळी, चोरी पकडली गेल्यासारखा कुणाल जोरजोरात हसत, पळून गेला!

◻◻◻

एका अध्यक्षपदाची गोष्ट!

अंगी उत्कृष्ट कलागुण असणं आणि आपल्या अंगी ते आहेत, हे लोकांना पटवून देऊन प्रचंड मान्यता मिळवणं- या दोन्ही अगदी भिन्न प्रवृत्ती आहेत! एकाच माणसाला या दोन्ही प्रवृत्ती साध्य असतीलच, असं मुळीच सांगता येणार नाही.

शंकर पुजारी आणि जयराम देसाई....ही या विधानाची अतिशय बोलकी उदाहरणं आहेत!

शंकर पुजारी हे खूपच चांगले लेखक आहेत. त्यांच्यावर सरस्वतीचा संपूर्ण वरदहस्त आहे. त्यांची पुस्तकं वाचक आवडीने वाचतात. त्यांच्या विचारांना काही मूल्यं आहेत, म्हणून ते चिंतनशील, विचारवंत म्हणूनही सर्वत्र मान्यता पावलेले आहेत.

पण, असं असतं ना, की तुमच्याजवळ थोडा नकली, हिणकस माल असला, तरी तुम्ही त्या मालाच्या गुणांबद्दल सतत बडबड केली, तर कालांतराने, तुमच्या खोट्या बडबडीवरही लोकांचा विश्वास बसू लागतो! आणि तुमच्यापाशी अस्सल कस्तुरी आहेच, तर काही न सांगताही लोक तिचा उदो-उदो करतीलच! म्हणून तुम्ही गप्प राहिलात, तर लोक म्हणतात- हंऽ, जरा कस्तुरीसारखा वास येतो, नाही!

शोमनशिप हवी, शोमनशिप!

ती जयराम देसाईंकडे आहे.

शंकररावांच्या तुलनेत जयराम देसाई लेखक म्हणून खूपच डावे

आहेत. म्हणजे, अगदी पासंगालाही न पुरणं वगैरे. पण रुबाबच असा काही और, की प्रथमदर्शनीच माणसाला दबदबायुक्त आदर वाटला पाहिजे!

आधीच, त्यांची देहयष्टी भव्य आहे. तिला न् लेखकाच्या प्रतिमेला शोभेल, असाच त्यांचा पोषाख आवर्जून असतो. सुरवार नि भारीचा झब्बा, जाकीट, गळ्यात सोन्याच्या गोफात गुंफलेलं एक मोठं वाघनख देखील असतं. ते नेहमी झब्ब्याबाहेर त्यांच्या छातीवर रुळत असतं. आणि तोंडात कायम सुवासिक तंबाखूचं पान.

शंकर पुजारींपाशी असलं काहीही नाही. त्यांची शरीरयष्टी अशी, की फुंकर मारली तरी उडून जातील! आणि, पॅन्ट व बुशशर्ट–असा साधा पोषाख.

लहानपणापासून अभावग्रस्त राहणीची सवय झालेली; आता, त्यात काही बदल करता येतील, हेही डोक्यात येत नाही! आणि, आलं तरी, त्यांना आजही ते परवडणार नाही. त्यांना मानसन्मान मिळतात; पैसे नाहीत!

ते सारे हिशेब जयराम देसाईंकडे चोख!

पैशाकडे पैसा जातो म्हणतात, तो असा!

जयराम देसाई पिढीजात श्रीमंत आहेत. त्यांना पैशाची गरज नाही. प्रसंगी, मान-सन्मान मिळणार असतील तर, ते स्वत: पैसे खर्च करायला तयार असतात. उदाहरणार्थ, कोणी अध्यक्ष म्हणून बोलणार असेल, तर हार-तुरे...लाऊड-स्पीकर्सपासून सर्व खर्च करायला ते तयार असतात! आपोआपच, त्यांना बोलवणी येत राहतात. त्या समारंभाचे फोटोसकट वृतान्त छापून आणण्यातही ते पटाईत आहेत.

असं पहा, की हे सर्व करण्यामागे जयबाबूंचाच पैसा असतो– तुमच्या आमच्यासारख्या सर्वसामान्य माणसाला कळायला काय मार्ग आहे? त्यांना सतत बोलावणी येतात, नि त्यांचं नाव-फोटो वृत्तपत्रांतून प्रसिद्ध होतात, हे त्यांच्या खिजगणतीतही नाही!

शंकर पुजारी आणि जयराम देसाई ह्यांच्यात आज अशी तुलना करावीशी वाटण्यामागं तसं कारण आहे.

मराठी साहित्य संमेलनाच्या अध्यक्षपदाची निवडणूक जवळ येत चालली आहे आणि या वेळी दोनच नावं समर्थपणे पुढे आली आहेत-

शंकरराव पुजारी.

जयबाबू देसाई.

दोघांनाही भरपूर समर्थक आहेत. प्रचारक आहेत आणि पाठबळ देणारे पाठीराखेही आहेत!

म्हणून पाहायचं आता, काय होतं!

काही साहित्यप्रेमी लोकांनी पुढाकार घेऊन, उत्साहाने एक सभा आयोजित केली, म्हणे!

आता, या सभेचा बोलविता धनी कोण होता, नि सगळा खर्च कोणी केला....वगैरे माहिती समजली नाही. ती समजणारही नाही, आणि त्याच्याशी आपल्याला कर्तव्यही नाही. या सभेच्या निमित्तानं, शंकरराव आणि जयरामबाबू एका व्यासपीठावर आम्हाला पाहायला मिळाले; त्यांचे विचार ऐकायला मिळाले, हे महत्त्वाचं!

ही सभा 'अध्यक्षपदा'च्या संदर्भात जाहीर झालेली नव्हती; पण निवडणुकीचे वारे विचारात घेता, तो विषय व्यापून राहणं केवळ अपरिहार्यच होतं.

सभेचं वातावरण एकदम खेळीमेळीचं. हे दोघं साहित्यिक तर इतके छान गप्पा वगैरे मारीत होते, की एकदा वाटलं—दोघंही आपापल्या मित्रासाठी उमेदवारी मागे घेणार, आणि दुसराच कोणी उमेदवार पुढे येणार!

एका वक्त्यानं निवडणुकीचा विषय काढला. आणि तिथल्यातिथे पाठिंबा पाहण्यासाठी 'शालेय' युक्ती वापरली. की,ज्यांचा शंकररावांना पाठिंबा आहे, त्यांनी हात वर करा! नंतर जयरामबाबूंचा पाठिंबा पाहू!

खरंतर, हा पोरकटपणा होता. श्रोत्यांमध्ये सगळे मतदार होते अशातला भाग नव्हता. खुद्द या दोघांनाही हे 'पंजा भिडवणं' मान्य नव्हतं! पण श्रोत्यांनी उत्स्फूर्त प्रतिसाद दिला!

सहजपणे—न मोजताही—लक्षात येत होतं, की शंकररावांना जबरदस्त पाठिंबा मिळतो आहे.

तर शंकरराव आपलं मत मांडताना म्हणाले,

"माझं वय झालं आहे. प्रकृतीही ठीक नसते. मध्यंतरी मला

हृदयविकाराचा एक झटकाही येऊन गेला आहे. अशा परिस्थितीत, अध्यक्षपदाच्या निवडणुकीची दगदग मला झेपणारी नाही. मी प्रथमपासून नकार देतो आहे. पण माझ्या समर्थकांनी मला बळेच घोड्यावर बसवलं आहे! मी एका अटीवर या निवडणुकीत अर्ज द्यायला तयार झालो होतो, की यात स्पर्धा नसेल! कारण, साहित्य संमेलनाच्या अध्यक्षपदाची निवड, आणि नगरपालिकेची निवडणूक यांत नेहमी फरक राहावा, असं मला वाटतं!

"मी अर्ज भरला तेव्हा, माझे सहकारी, तरुण साहित्यिक श्री. जयराम देसाई ह्यांनी अर्ज भरलेला नव्हता. ते या निवडीसाठी उत्सुक आहेत, याची मला कल्पना नव्हती. परंतु आता चित्र पालटलं आहे. स्पष्ट झालं आहे आणि मला असं मनापासून वाटतं, की कार्य करण्याच्या दृष्टीने, जयरामबाबू माझ्यापेक्षा तडफदार आहेत, उत्साही आहेत. तेव्हा, मी माझी उमेदवारी मागे घेऊन, श्री.देसाईंना माझा पाठिंबा जाहीर करीत आहे!''

क्षणभर आम्ही सारेच स्तब्ध झालो. काही कळेना की, भरघोस पाठिंबा मिळत असताना, शंकररावांनी हे काय आरंभलं आहे? पण मग त्यामागचा त्यांचा सद्हेतू लक्षात येताच, आम्ही भारावून गेलो.

क्षणभराने टाळ्यांचा कडकडाट झाला.

या गजरातच जयरामबाबू बोलायला उठले. क्षणमात्र, असा भास निर्माण झाला, की ते बोलायला उठले, म्हणूनच हा कडकडाट!

तो शांत होताच जयरामबाबूंनी बोलायला सुरुवात केली. क्षणात सभेचा ताबा घेतला. म्हणाले,

"मी जेव्हा उमेदवारीसाठी अर्ज भरण्याचं मान्य केलं, तेव्हा काही हितशत्रूंनी माझी दिशाभूल केली होती. मला असं भासवण्यात आलं होतं, की शंकरराव या निवडणुकीला उभे राहणार, ही अफवा आहे. त्यांना कोणत्याही अध्यक्षपदात स्वारस्य नाही! आणि शंकररावांनी आजतागायत प्रसिद्धिपराङ्‌मुख राहून ज्या पद्धतीनं साहित्य-सेवा केली, ती विचारात घेता माझाही त्यावर विश्वास बसला.

"शंकरराव संमेलनाध्यक्ष व्हायला तयार आहेत, हे तर मी समस्त मराठी साहित्याचं भाग्य मानतो! वय, ज्ञान, सेवा... सर्वार्थाने हा माणूस

अध्यक्षपदासाठी योग्य आहे. त्यांचा तो अधिकार मला मान्य आहे. यासाठी शंकररावांना पाठिंबा देण्यासाठी म्हणून मी माझी उमेदवारी रद्द करीत आहे! माझ्या या योग्य निर्णयाचं आपण स्वागत कराल,अशी आशा आहे.''

जयरामबाबूंचं हे उदार नि खिलाडू धोरण आम्ही कधीच विसरू शकणार नाही!

अर्थातच, आम्ही टाळयांच्या प्रचंड कडकडाटात त्यांचं अभिनंदन केलं!

खरंच, असं पाहिजे! अध्यक्ष होण्यासाठी लाथाळी न् राजकारणं कसली करता?

शंकरराव पुजारींना कधी रागावता येत नसे, आणि आनंदही व्यक्त करता येत नसे. सर्व काही संयत असण्याचीच त्यांची जडण-घडण होती. त्यांचं उभं आयुष्य एका संथ लयीत गेलं होतं. त्यात कुठेही चढउतार नव्हते.

हा माणूस इतकं मोजकं नि छान कसं लिहू शकायचा, हेच कोडं होतं. त्यांचं लेखन मात्र अनुभव समृद्ध वाटायचं. पण, त्यांच्याकडे निरखून पाहिलं, तर या माणसाला कसलाही विचार करण्याची सवय नसावी, असं अपरिचित माणसाला वाटल्यावाचून राहत नसे.

अर्थातच, हे खरं नव्हतं.

शंकररावांपाशी अभिव्यक्ती मर्यादित असली, तरी त्यांनाही सर्व भावभावना होत्या. त्यांनाही आनंद व्हायचा, राग यायचा, वाईट वाटायचं.

विचार तर ते खूपच करायचे. त्यासाठी परमेश्वरानं त्यांना खूप प्रश्न आणि कोडी घातली होती.

उदाहरणार्थ,

जयराम देसाईंचं लेखन इतकं उथळ नि सामान्य असूनही ते लोकांना आवडतंच कसं?

ज्या वाचकांना आपलं लेखन आवडतं, त्यांनाच जयरामही श्रेष्ठ दर्जाचा लेखक वाटतो!

खरं काय नि खोटं काय?

सवंग आणि सखोल–असा भेद-भाव न करता, वाचकांना फक्त काहीतरी वाचायला हवं असतं.

सवंग, उथळ, नि सखोल....असं काही नसतंच का?

असतं; पण आपणही सवंग आहोत, वा जयरामही सखोल आहे?

तसंच.

जयराम देसाईपेक्षा आधीपासून आपण लिहीत आहोत. चांगलं लिहीत आहोत. तर, आपल्याहून खूप कमी नि हलकं लिहूनही, हा आपल्या जोडीनं कसा काय लोकप्रिय होऊ शकला?

म्हणतात, आपल्यापेक्षा प्रकाशक त्याला जास्त मानधन देतात. त्याची उत्तम बडदास्त ठेवतात.

–हे कसं?

त्याला दोन-दोन रायटिंग असिस्टन्ट्स, एक स्टेनो, टाइपरायटर....हे सारं परवडतं.

आपल्याला का परवडू शकत नाही? आपल्याकडे सतत अभाव का? आपलं गणित कुठे चुकतं?

शंकररावांच्या मनात असे विचार बऱ्याचदा यायचे, तेही कुठल्या क्षुल्लक कारणाने सुरू व्हायचे.

त्यात, जयरामला मिळतं म्हणून असूया नसायची; आपल्याला मिळत नाही, म्हणून खिन्नता असायची.

याही क्षणी ते बसच्या रांगेत बसची प्रतीक्षा करीत उभे होते. आणि कोणीही त्यांना ओळखलंदेखील नव्हतं! अगदी कोणी ओळखलं असेलच तर, त्याला त्यांच्याशी गप्पा मारण्याची–त्यांच्याशी किमान ओळख करून घेण्याचीही उत्सुकता वाटली नसावी!

याच जागी आत्ता जयराम असता तर?

त्याला लोकांनी ओळखलं असतं. कोणीतरी थांबून त्याला लिफ्ट दिली असती. कारण, त्याचं लेखन नि छायाचित्रं या ना त्या संदर्भात सतत वृत्तपत्रांतून छापून येत असतात. त्याच्या पुस्तकांमागे त्याचे प्रकाशक त्याचा

रुबाबदार, रंगीत फोटो छापतात.

आपल्याच प्रकाशकांना आपला फोटो छापणं कसं परवडत नाही?

शंकररावांच्या मनात असे विचार चालले असतानाच, स्टॉपसमोरून एक कार चाललेली त्यांनी पाहिली. ती छान होती, एवढं खरं. बाकी कंपनी वगैरे त्यांना काही कळत नव्हतं. ॲम्बॅसिडर, फिॲट, स्टॅन्डर्ड....त्यांच्या लेखी सगळ्या सारख्या होत्या!

कारकडे त्यांचं लक्ष गेलं, कारण ती अगदी डोळ्यांसमोरूनच चालली होती. नंतर तिचं अस्तित्व जाणवलं, कारण ती त्यांच्या समोरून जाताना संथावली होती. म्हणून ड्रायव्हरकडे सहज पाहिलं, तर तो त्यांच्याचकडे रोखून पाहत होता.

कार थोडी पुढे जाऊन थांबली. ती चालवणारा पॉश् माणूस खाली उतरून स्टॉपच्या दिशेनं येऊ लागला.

तो शंकररावांसाठी थांबला होता, हे उघड होतं आणि त्यांना अशा प्रकारे कोणी दखल घेण्याची सवय नव्हती. साहजिकच, ते अस्वस्थ झाले. त्यांच्या छातीत धडधडू लागलं.

त्यांना स्वत:चीच खूप गंमत वाटली की, क्षणापूर्वीच आपण, आपल्याला कोणी लिफ्ट देत नाही- ओळखत नाही, म्हणून खंतावलो होतो, आणि आता, हा माणूस आपल्याला पाहून थांबला आहे, तर आपण अस्वस्थ का झालो?

ती भीती नव्हती. एक्साइटमेन्ट असावी!

तो माणूस, त्यांचं बारकाईने निरीक्षण करीत, त्यांच्या दिशेनंच पुढे आला. तसे, शंकरराव आपला काहीतरी गुन्हा असल्याच्या थाटात इकडे-तिकडे पाहत राहिले.

“माफ करा–” त्या माणसानं अगदी आदरयुक्त आवाजात विचारलं, “सुप्रसिद्ध साहित्यिक शंकरराव पुजारी...ते आपण तर नव्हेत?”

“होय, मीच. हं-हं-हं-हं!”

“ओहोहोहो! तरी, मला वाटलंच; पण विश्वास बसेना! म्हटलं, तुम्ही...आणि बसच्या रांगेत!”

लेखकाने किमान स्कूटरवरून तरी फिरायला पाहिजे, हे शंकररावांच्या खिजगणतीतही नव्हतं. त्यामुळे, आपण बसच्या रांगेत उभं आहोत, याचं या माणसाला नवल का वाटावं, ते त्यांच्या लक्षात येईना!

''अर्थात, तुम्ही असे प्रत्यक्ष अनुभव घेता, म्हणूनच तुमच्या लेखनातून वास्तव जिवंत होतं!''

कोणी अशी स्तुती करू लागलं, की आपण कशी प्रतिक्रिया व्यक्त करावी, ते शंकररावांना कधीच कळायचं नाही. नेहमीप्रमाणे बावळट चेहरा करून, ते त्या माणसाच्या नजरेला नजर न देता हसले.

''मी जयंत अभ्यंकर.''

''मी शंकर पुजारी.''

तो माणूस गोंधळात पडून त्यांच्याकडे पाहू लागला, तशी आपली चूक शंकररावांच्या ध्यानात आली.

अरे, आपण शंकर पुजारी आहोत, हे त्याला मान्य आहे, म्हणून तर तो आपल्याशी बोलायला थांबलाय् ना!

''आपण काय करता?'' आपलं ओशाळेपण लपवत शंकररावांनी विचारलं.

''माझा व्यवसाय आहे. इन्टेरिअर डेकोरेशनचा.'' अभ्यंकर म्हणाला, ''खरं तर, माझ्या व्यवसायातून मान वर करायलाही मला फुरसत नसते; पण वाचली तर मी फक्त तुमचीच पुस्तकं वाचतो.''

शंकरराव अतिशय समाधानाने हसले.

''खोटं वाटेल तुम्हाला, पण आत्ता माझ्या ग्लोव्ह्ज कम्पार्टमेन्टला तुमचंच 'आस्तिक' आहे!''

''वा,वा! आनंद वाटला आपल्याला भेटून!''

''बाय द वे, तुम्हाला कुठे जायचं आहे? मला सेवेची संधी द्याल तर–''

''छे हो!'' शंकरराव संकोचून म्हणाले, ''हे इथे–घरी. जाईन की बसनं मी!''

''वाऽवा! आमच्या आवडत्या लेखकानं बसच्या रांगेत उभं राहायचं,

नि आम्ही रिकामी कार घेऊन फिरायचं! शंकररावजी...असं नका करू. मला वाईट वाटेल!''

अभ्यंकरचा तो अर्जवी आग्रह पाहून शंकररावांना गहिवरून आलं. थोडा विचार करून म्हणाले,

''ठीक आहे. तुमचा इतका आग्रहच असेल तर...चला!''

ते ऐकताच, अभ्यंकरचा चेहरा एकदम खुलला.

कारमध्ये बसताच, त्यानं शंकररावांच्या घराचा रस्ता खुणांसकट विचारून घेतला. कार सफाईदारपणे रहदारीत मिसळून गेली.

सेकंदासाठी शंकररावांना मोह झाला, की त्याला 'आस्तिक' दाखव म्हणून म्हणावं! पण ते अविश्वास दाखवल्यासारखं झालं असतं, आणि इतकी नवथर उत्सुकता त्यांच्या वयाला–कीर्तीला शोभणारीही नव्हती. अगदीच पोरकट दिसलं असतं ते!

''सर...'' आरशातून त्यांच्याकडे पाहत अभ्यंकर म्हणाला,''माझ्या या कारमध्ये कधीकाळी माझे सर्वांत आवडते लेखक बसलेले असतील... स्वप्नातही कधी वाटलं नव्हतं. अजून माझा माझ्या भाग्यावर विश्वास बसत नाहीये!''

ऐकून त्यांना कसं प्रसन्न वाटलं.

''बरं का, सर...'' अभ्यंकर उत्साहाने सांगू लागला,''माझे चार-पाच मित्र आहेत. तेही तुमचे कट्टर वाचक आहेत. वाचनालयातून आम्ही फक्त तुमचीच पुस्तकं आणतो, आणि ते पहिल्यांदा कोणी वाचायचं, यावर सतत भांडणं! त्यांना जर मी हे सांगितलं ना, तर म्हणतील, बंडला मारतो!''

शंकरराव हॉ-हॉ-हॉ-हॉ करून हसले. मग त्यांना वाटलं, त्याच्या बोलण्याला आपण इतक्या उतावळेपणाने प्रतिसाद द्यायला नको होता. यातून वेगळाच अर्थ ध्वनित होऊ शकतो! म्हणून ते म्हणाले,

''तुम्ही अतिशयोक्ती करताहात, अभ्यंकर! अहो, माझं लेखन तुम्हाला आवडत असेल, पण म्हणून शंकर पुजारीच एकमेव नाही काही! माझ्याइतकंच किंवा, माझ्याहून चांगलं लिहिणारे लेखकही खूप आहेत मराठीत. उदाहरणार्थ...

जयराम.''

"कोण जयराम?''

त्याच्या त्या थंड प्रश्नाने शंकरराव दचकले. पण त्यांना बरंही वाटलं.

"जयराम देसाई.''

"असेल. मला माहीत नाही. शंकर पुजारी सोडले तर, मराठीत इतर काही वाचतच नाही मी! हां, सुरेश नवाथेला माहीत असेल, कदाचित्!''

"हा कोण? सुरेश नवाथे?''

"नवाथे बिल्डर्स प्रायव्हेट लिमिटेडचा मॅनेजिंग डायरेक्टर! तो मात्र सर...त्यापेक्षा तुम्ही असं करता का? इफ यू डो'न्ट माइन्ड...उद्या संध्याकाळ आमच्यासाठी द्याल? म्हणजे...तुमचा लेखनाचा वेळ...''

"नो,नो.'' शंकरराव घाईघाईने म्हणाले,"सध्या मी लिहीत नाहीये. पण...''

"प्लीज, सर! आपण आमच्याबरोबर जेवायलाच चला. आमच्या ग्रुपच्या दृष्टीने उद्याचा दिवस सुवर्णाक्षरांत लिहिण्याचा ठरेल!''

आपल्याला वाचकांमध्ये इतकं महत्त्वाचं स्थान आहे हे पाहून शंकररावांना उचंबळून आलं. त्या भरात त्यांनी अभ्यंकरच्या आमंत्रणाचा स्वीकार करून टाकला!

"सर...हा सुरेश नवाथे. गावातला मोठ्या बिल्डर आहे. हा प्रभाकर तारे. हा टेलिफोन एक्सचेंजला फार मोठा अधिकारावर आहे. पलीकडचा निळा शर्टवाला आहे, तो सागर पहलानी. मारुती, फिअॅट...अनेक कार्सची एजन्सी ह्याच्याकडे आहे आणि हा नबी बाराबंकी. 'कस्टमर्स कॉर्नर' म्हणून जी टी.व्ही., फ्रीजची शोरूम आहे, तिचा हा मालक!'' अभ्यंकर प्रत्येकाची ओळख करून देत म्हणाला, "आणि मित्रांनो, हे कोण ते तुम्हाला सांगायला नकोच! सुप्रसिद्ध साहित्यिक शंकरराव पुजारी!''

त्या चौघांच्या चेहऱ्यावर आश्चर्य, आनंद, अविश्वास...अशा अनेक भावभावनांचं मिश्रण आणि शंकररवांच्या मनावर अभिमानी दडपण की,

समाजातील सर्वोच्च थरातली ही नावाजलेली मंडळी आपली फॅन आहेत!

ओळखी झाल्यावर, पहिली पाच-दहा मिनिटं थोडी अवघडलेली.

एकमेकांबद्दल माहिती विचारणं-सांगणं...वगैरे.

तेवढ्यात 'ऑफिसर्स चॉइस'चे लार्ज पेग्ज सर्व्ह झाले. 'चिअर्स' करून सिप्स घ्यायला सुरुवात झाली.

मग, सगळे रिलॅक्स्ड झाले. संकोच हळूहळू गळून पडला.

जयंत अभ्यंकरसह सर्व खरोखरीच वाचक असावेत. शंकररावांच्या साहित्यावर ते त्यांच्याहीपेक्षा अधिकारवाणीने बोलू शकत होते. अत्यानंदाने आणि समाधानाने, शंकररावांना घुसमटायला होत होतं.

शंकरराव लेखनाकडे कसे वळले? त्यांना कल्पना कशा स्फुरतात? आजपर्यंत त्यांनी कोणकोणते विषय समर्थपणे हाताळले आहेत, कोणत्या विषयांवर त्यांचं लेखन नाही? त्यांचे आगामी संकल्प काय आहेत?

वगैरे.

या गप्पा रंगात येत असतानाच, व्हिस्कीचा तिसरा राउंड संपला होता. जयंतनं पेग्ज रिपीट करायला सांगितले होते.

शंकररावांना आता पिणं पुरे करावंसं वाटू लागलं होतं. इतक्या प्रमाणात पिण्याची त्यांची ही पहिलीच वेळ होती. पण, वातावरण असं फ्लॉवरी झालं होतं, की 'नको' म्हणून या नव्या मित्रांचा रसभंग करणंही त्यांना उचित वाटत नव्हतं.

"हा शेवटचा!" असं मनाशी ठरवून त्यांनी चौथा पेग सुरू केला आणि त्याचवेळी प्रभाकर तारेनं त्यांना प्रश्न विचारला–

"पुजारीसाहेब, तुमचा टेलिफोन नंबर काय?"

आजपर्यंत हा प्रश्न कोणी विचारण्याचा संबंधच आला नव्हता. आणि शंकररावांना तर या अभावाची जाणीवही कधी झाली नव्हती. तार्‍यांनी तो प्रश्न विचारला, तेव्हा त्यांना प्रकर्षानं जाणवलं–आपल्याकडे फोन असायला हवा, पण तो नाहीये! त्यासाठी, हजार रुपये भरून नंबर लावण्याचंदेखील कधी आपल्या मनात आलेलं नाहीये!

"माझ्याकडे फोन नाही हो! अगदी गरज भासलीच तर लोक मला

शेजारच्या हॉटेलात फोन करतात. पोऱ्या बोलवायला येतो!''

चौघांनी अविश्वासानं, आश्चर्यानं शंकररावांकडे पाहिलं.

जयंत अभ्यंकर खिन्न स्वरात म्हणाला,

''शंकररावांचं घर तू पाहिलं नाहीस, म्हणून तू फोनचं विचारलंस, तारे!''

शंकरराव थोडे अस्वस्थ झाले. आपलं घर–आपली सांपत्तिक स्थिती...अशा खाजगी बाबींवर कोणा परक्या ग्रुपनं चर्चा करावी, हे त्यांना आवडण्यासारखं नव्हतं. सौम्य शब्दांत त्यांना तसं सांगण्याच्या ते विचारात असतानाच, सागर पहलानी ताड्‌कन म्हणाला,

''ह्या सुऱ्याला लाज वाटायला पाहिजे!''

सुरेश नवाथे आश्चर्यानं सागरकडे पाहायला लागला.

''लेका, म्हणे- शंकर पुजारी तुझे सर्वाधिक आवडते लेखक!''

''यात लाज वाटण्यासारखं–''

''यात नाही; पण तू शहरातला दादा बिल्डर असताना, तुझ्या आवडत्या लेखकाची राहण्याची दुर्दशा असावी! हे लाज वाटण्यासारखंच आहे!''

सगळे विचारमग्न चेहऱ्यानं एकमेकांकडे पाहू लागले. परिस्थिती अवघड झाली. त्यातून बाहेर पडण्याच्या उद्देशानं शंकरराव हसून म्हणाले,

''हे पहा, हा ज्याच्या त्याच्या नशिबाचा न् आर्थिक कुवतीचा भाग असतो! नवाथ्यांना यात दोष देण्यासारखं-''

''आहे! नशिबाचं म्हणाल तर, तर सुऱ्याचं ग्रेटच आहे. ज्या प्रॉपर्टीला हात लावेल, तिचं सोनं होतं! आणि, त्याची आर्थिक कुवत तर सर्वांनाच माहीत आहे!''

''नाही, पण–''

''थांबा, सर!'' सुरेश नवाथे विचारपूर्वक, निर्णयात्मक आवाजात म्हणाला,''ते काय म्हणतायत ते माझ्या लक्षात आलंय्. माझी चूक मला मान्य आहे!''

शंकररावांना या बोलण्यातून फारसा अर्थबोध होईना. पण त्यांच्या

एवढं नक्की लक्षात आलं–हे आपल्या जागेशी संबंधित काहीतरी आहे.

“नवाथे-”

“सर....माझ्या नव्या स्कीममधला सहाशे चौरस फुटांचा टेरेस फ्लॅट मी तुम्हाला दिला!”

काय बोलावं ते शंकररावांना सुचेना. आपला एक फ्लॅट असावा, नि त्याला टेरेस असावं- हे स्वप्न कोणताही मध्यमवर्गीय माणूस पाहतोच. त्यातून, तरल कल्पनाशक्ती लाभलेला लेखक तर, तो कसा असेल, हेही पाहत असतो. शंकररावही याला अपवाद नव्हते. पण, एकंदर परिस्थितीचा विचार करता, या जन्मीतरी ते सुंदर स्वप्नच होतं. ते पाहण्यासाठी पैसे पडत असते तर, शंकररावांनी ते पाहणंही सोडून दिलं असतं!

सुरेश नवाथेनं टेरेस फ्लॅट ‘दिला’ म्हणताच, ते एक्साइट झाले. त्यांचं रक्त थोड्या जास्त वेगानं उसळ्या घेत वाहू लागलं.

“नवाथेसाहेब,” ते किंचित चढ्या आवाजात म्हणाले,“टेरेस फ्लॅट हे माझं फार जुनं स्वप्न आहे! पण...तुम्ही मला जास्तीत जास्त मुदत व हप्ते देऊ शकलात, तर...”

“तुमचा काही गैरसमज होतोय, सर!” सुरेश नवाथे दुखावल्या आवाजात म्हणाला,“माझा व्यवसाय अत्यंत उत्तम रीतीने चालतो! मी तुम्हाला जो फ्लॅट देऊ केला आहे, त्याचा व्यवसायाशी काहीएक संबंध नाही!”

“म्हणजे?” शंकररावांनी चिरकत विचारलं.

क्षणभरासाठी त्यांचा रक्तप्रवाह गोठला. मग, अधिक उसळ्या घेत हृदयाच्या दिशेनं धावू लागला.

“माझ्या आवडत्या लेखकाच्या लेखनाला ‘सलाम’ म्हणून मी हा फ्लॅट तुम्हाला देणार आहे! कागदपत्रं आणि टॅक्सेस वगैरे फक्त तुम्ही भरा!”

शंकररावांचा आ आश्चर्याने वासला गेला. त्यांचे डोळे खोबणीतून बाहेर आल्यासारखे विस्फारित झाले.

काय बोलवं, समजेना!

“हे...हे....”

“सुरेश-”त्यांच्याकडे लक्ष न देता जयंत अभ्यंकर म्हणाला,“तू जर ही जबाबदारी स्वीकारणार असलास, तर हा जयंतही कमी नाही! चल, फ्लॅटचं संपूर्ण इन्टेरिअर डेकोरेशन मी केलं!”

शंकरराव अधिकच बधिर.

नुसते दोघांच्या चेहऱ्याकडे टकामका पाहत राहिले.

“मी फोनचं पाहतो!” प्रभाकर तारे म्हणाला,“स्पेशल कोट्यातून परस्पर व्यवस्था करून टाकतो!”

शंकररावांच्या चेहऱ्यावर घर्मबिंदू डवरले. या अनपेक्षित खैरातीनं त्यांना भोवंडायला झालं.

“तुम्ही हे सगळं मनापासून बोलता आहात, का सकाळी सगळं विसरून जायचं?” सागर पहलानीनं मंदपणे हसत विचारलं.

शंकररावांना वाटलं, ह्यांनी ‘ही गंमत होती!’ असं सांगून टाकावं. एका प्रचंड दडपणातून आपली मुक्तता व्हावी.

पण, तिघांनी एकाच वेळी जाहीर केलं–

“या प्याल्यातल्या प्रतिज्ञा नाहीत! वुई मीन इट्!”

“तसं असेल तर, माझ्यातर्फे-”

“कार?”

शंकररावांनी शॉक बसल्या चेहऱ्यानं विचारलं.

आणि...

दुसऱ्या क्षणी, चेहरा वेडा-वाकडा करीत, ते टेबलावर कोसळले!

नक्की काय झालं, नि त्यातलं खरं किती, आणि खोटं किती!

आम्हा सामान्य वाचकांपर्यंत ते येणं शक्य नाही, आणि त्याची आवश्यकताही नाही.

अध्यक्षपदाची निवडणूक ऐन तोंडावर आली असताना, आमचे आवडते लेखक ,सुप्रसिद्ध साहित्यिक श्री.शंकरराव पुजारी ह्यांना देवाज्ञा झाली, हे पुरेसं आहे!

आपापसात ह्यांचं काय चालतं, तेही कळत नाही

शंकररावांसारख्या पूजनीय साहित्यिकानं, ओल्या पार्टीला जाताना, "मी फार मोठ्या व्यावसायिकांबरोबर पार्टीला जातो आहे!" असं आपल्या पत्नीला सांगितल्याचं वृत्तपत्रांमधून आलं आहे. प्रत्यक्षात मात्र, ते ज्या ग्रुपमध्ये बसले होते, तो जयरामबाबू देसाईंच्या खास मित्रांचा ग्रुप होता, म्हणे! त्यांनीच डॉक्टरांना बोलावलं. पोलिसांना फोन लावला. शंकररावांच्या घरी कळवलं.

काही समजत नाही!

एवढं खरं, की शोकसभेत जयबाबू ओक्साबोक्शी रडत, शंकररावांबद्दल बोलले, ते कोणाच्याही हृदयाला घरं पाडणारं होतं!

जयराम देसाईदेखील शंकररावांसारखाच आभाळाएवढा माणूस!

या निवडणुकीत अध्यक्ष म्हणून जयबाबूंनाच आपण मत देणार! त्यांच्याइतका दुसरा योग्य माणूस नाहीच तर...!

❑❑❑

नाहक

"हं आता ये, म्हणावं!"

लगालगा चालताना, मागे पाहत, दुलंगे स्वत:शीच पुटपुटला.

आत्ता मागे कोणी दिसणार नव्हतंच. कारण, दुलंगेनं अतिशय चतुराईनं, अनेक बोळांचा घोळ असलेला गच्च गर्दीचा रस्ता शोधून काढून, पाठलागावर जो कोणी होता, त्याला रीतसर गुंगाराच दिला होता!

कोण होता, कोणास ठाऊक; पण फार हुषार न् तरबेज होता खरा! दर वेळी वेषांतर तरी...रूपान्तर तरी! वेषांतर काय, तुम्हाला वाटेल, कोणीही करू शकतं. बरोबर आहे. हा निळा शर्ट काढला...सिल्कचा पिवळा झब्बा घातला! झालं वेषांतर. डोक्यावर हॅटच्याऐवजी पांढरी टोपी, फारतर!

हो, पण इतरांच्या लक्षातही न येऊ देता ऐन गर्दीच्या रस्त्यावर हे साधायचं, म्हणजे काय तयारी असायला हवी माणसाची, अं?

मंडईच्या रस्त्यातून पाठलाग करताना, जीन्स अन् पिवळा टी.शर्ट, लिंकिंग रोडला वळता-वळता, मागे पाहावं तर....काच्याचं धोतर अन् पांढरा सदरा घालून, एकदम यू.पी.चा भय्याच? अँ अरे, वेषांतर का काय हो?

ते वेषांतराचंही ठीक आहे. समजू शकतो आपण. असतात काही माणसं अशी चपळ किंवा, एका ड्रेसच्या आत दुसरा घालून ठेवायचा. वरचा काढला, की झालं वेषांतर! वाटतं, कोणाच्या लक्षात आलेलं नाही. कारण, आपल्या लक्षात आलेलं नसतं. आपल्या लक्ष नसण्यावर लक्ष ठेवूनच,

त्यानं ते केलेलं असतं. आणि असं आहे इतर कोणाच्या लक्षात आलं असेलच, तर त्यानं ते वेषांतर या आमक्या माणसाला गंडवण्यासाठी केलंय....पाहणाऱ्याला काय माहीत? वेळ आणि शक्ती खर्च करून, आपल्याला कोण येऊन सांगणार त्या माणसानं चालता-चालता ड्रेस बदलला,असं? नाही का? लोकांना स्वत:चे मळके कपडे बदलायला वेळ नसतो; दुसऱ्याकडे कोण कारणाशिवाय लक्ष देतो?

म्हणून-वेषांतराचे ठीक आहे. समजू शकतो आपण; असतात काही माणसं....अरे,पुन्हा तेच सगळं की!

दुलंगेनं खडाखडा डोकं हलवून, त्या भोवऱ्यातून स्वत:ची सुटका करवून घेतली. पुन्हा त्याला त्याच्या विचारांची लिंक सापडली.

वेषांतराचं ठीक आहे....रूपान्तराचं काय?

दहा मिनिटांपूर्वी, पाच फूट उंची अन् किरकोळ शरीरयष्टी असलेला माणूस....दहा मिनिटांत, सहा फुटी अन् माजाला आलेल्या वळूसारखा धिप्पाड कसा काय दिसू शकतो?

कोण हा, गेला महिनाभर इतक्या नेटाने आपला पाठलाग करणारा?

त्यानं काय पाहिलंय? त्याला काय माहितीय? त्याला कसला संशय आहे?त्याला काय हवंय? काही हवंय, तर तो आपल्याला गाठायचा प्रयत्न का करीत नाही? नुसता पाठलाग का करतो? किंवा, असं तर नसेल....

त्याची तीच पॉलिसी असेल! बरोबर, अगदी बरोबर. त्याची पॉलिसीच असणार ही! तो काही रेडा नाही नुसता पाठलाग करायला! तो ठार शहाणा आहे. आपल्याला खेळवतोय. नुसता लांबून-लांबून आपल्या सतत मागे राहून, तो आपल्यावर दडपण आणू पाहतोय. कदाचित, त्याच वेळी, एकीकडे त्याची माणसं, किंवा....तो स्वत:देखील, आपली माहिती काढण्यात गर्क असेल. ती मिळवणं पूर्ण होईल, तेव्हा त्या क्षणी, तो आपल्यासमोर उभा ठाकेल! तो क्षण निर्णायक ठरेल!

परमेश्वराऽ...अरे, कोण तो? पोलिसांपैकी कोणी असेल, तर परवडेल एक वेळ! निदान प्राणांची तरी सुरक्षितता असेल!

जावेद मलबारीचा कोणी माणूस असेल, तर आपलं काय होईल?

जावेद मलबारीची आठवण येताच, दुलंगेचा सगळा आत्मविश्वास पाणी-पाणी होऊन गेला. आपण तात्पुरता गुंगारा देण्यात यशस्वी झालो तरी, आज ना उद्या त्याचा माणूस आपल्याला गाठण्यात यशस्वी होणार, या कल्पनेनं त्याचा धीर नष्ट झाला. स्वत:ला शक्यतो गर्दीत लपवून दुलंगे भराभरा चालत राहिला....

विदर्भ-मराठवाड्यातला कुठल्यातरी दुर्लक्षित खेड्यातून नशीब काढण्याकरता, अण्र्या दुलंगे मुंबईत आला, तेव्हा 'मुंबईत नशीब काढणं' याचा खरा अर्थ त्याला माहीत नव्हता. नंतर, सरावाने त्याला तो व्यवस्थित समजला! उदाहरणार्थ, एक वेळ पोटभर अन्न मिळवण्याइतका पैसा मिळणं....झोपायला जागा मिळून, कोणाच्याही लाथेनं न मोडता, चार तास गाढ झोपता येणं....पोलिसांचा मार खावा न लागता दिवस पार पडणं....हे सगळंच मुंबईत 'नशीब' या सदरात मोडतं!

पण, नव्या माणसाला, हे कळण्यासाठी दोन-पाच वर्षं मुंबई अनुभवावी लागते. नुकतंच जवानीत पदार्पण करणाऱ्या प्रत्येक पोरीला शाहरुखखानचीच नवरा म्हणून अपेक्षा असावी, नि वय वाढत जाईल, तसं शहाणं होत-होत, या अपेक्षा ओसरत-ओसरत, दोन टाईम पोटाला घालू शकणाऱ्या, कुठल्याही पक्या, चम्या, गनीवर त्या एकवटाव्यात,तसं असतं हे!

त्या मानाने मग, अण्र्या दुलंगेला फार लवकर शहाणपण आलं! त्याचं नशीब थोर, की तो हात-पाय गाळून, गावी परत जाण्याच्या विचारात असतानाच त्याला मलबारीनं हेरलं. आपल्या टोळीत सामील करून घेतलं. मुंबईत राहायला मिळतंय म्हटल्यावर, अण्र्यानंही मुळीच आढेवेढे न घेता, मलबारीचं वर्चस्व मान्य करून टाकलं!

जावेद मलबारीचा एकूण कारभार झटकन् लक्षात येणार नाही, इतका अफाट होता. अनेक व्यवसाय-उद्योगांत त्याचे हात अदृश्यपणे ढवळाढवळ करीत होते. त्याच्या भुवईच्या नुसत्या वक्रतेवर एखाद्या पोलिस-ऑफिसरला दूर जाऊन पडावं लागत होतं; तर खिन्नपणे चुकचुकत, वाजवल्या जाणाऱ्या एका चुटकीवर एखाद्या उद्योगपतीला पृथ्वीवरून हद्दपार व्हावं लागत होतं.

आणि या अवाढव्य कारभाराला शोभेल, अशीच त्याची यंत्रणा होती. बोरिबंदर, हार्बर लाईन ते थेट इकडे नव्या मुंबईपर्यंत त्याची माणसं पसरलेली होती.

सुरुवातीला, अण्यां दुलंगे हा या यंत्रणेतला अगदी प्याद्याच्या लायकीचा अगदी तळागाळातला कार्यकर्ता होता. निदर्शनं....दगडफेक अशा कामांसाठी मल्ल्या जी माणसं रोजगारावर पुरवायचा, त्यांत अण्यांला कामं मिळायची. तिथून सुरुवात करून, तीन-चार वर्षांत अण्यांनं आपली लायकी दर वेळी नव्याने सिद्ध करीत, स्वत:ला चेहरा-मोहरा नसलेल्या गर्दीतून ठळकपणे बाहेर काढण्यात यश मिळवलं होतं. खुद्द मल्ल्या त्याला 'अण्यां दुलंगे' म्हणून ओळखायला लागला होता.

नंतर अण्यांला बढती मिळाली होती. किरकोळ समाजविरोधी कृत्यांपासून सुटून,तो मल्ल्याच्या गुन्हेगारी यंत्रणेचा भाग झाला होता. त्याला त्याच्या योग्यतेनुसार, राहायला एका झोपडपट्टीत जागा मिळाली होती. खिशात 'पेजर' आला होता. त्या झोपडपट्टीत मलबारी टोळीच्या दहा-बारा तरुणांची सोय होती. त्यांना जो मान होता, तोच अण्यां दुलंगेला मिळाला होता.

दिवसाला शे-सव्वाशे रुपये मिळवून देणारं, दर आठवड्यातले चार-पाच दिवस एंगेज ठरणारं काम....राहायला स्वतंत्र जागा....पोलिसांपासून संरक्षण....

बास की! अण्यांला अजून काय हवं होत? आणि त्याला खूप हवं असेल, त्याची तेवढी लायकी नको का?

दिवसातून दोनदा मटनाचं जेवण....रात्री प्यायला दारू....महिन्यातून दोन-चारदा खोलीत रंडी राहू शकणं....यांवर दुलंगे समाधानी होता.

छान चाललं होतं. असंच शेवटपर्यंत चालूही राहायला हरकत नव्हती पण....दीड-दोन महिन्यांपूर्वी एक छोटीशी घटना अशी घडली. जिनं अण्यांचं सारं स्वास्थ्य....सारा सुरक्षितपणा हिरावून घेतला. मुंबईत आल्या-आल्या, अण्यां दुलंगे जिथे होता, त्याहीपेक्षा तो वाईट पातळीवर येऊन ठेपला. तेव्हा निदान प्राणभय तरी नव्हतं, ते आता निर्माण झालं!

घटना खरंच किरकोळ म्हणजे, जावेद मलबारीच्या साम्राज्याचा

विस्तार विचारात घेतला, तर खिजगणतीतही धरता न येणारी. अशी एखादी घटना कोणा तरुणाचं भाग्य घडवू शकते; हिनं मात्र दुलंगेचं दुर्भाग्य घडवलं!

काही नाही, मल्ल्याचा एक स्मगल्ड लॉट–काहीतरी इमर्जन्सी निर्माण झाली, आणि त्याच्या टास्क कॅप्टननं ऐनवेळी निर्णय घेऊन, तो अख्खाच्या अख्खा माल अर्ण्या दुलंगेच्या झोपडीत डम्प केला!

किती वेळासाठी? अक्षरश: काही तासांचा प्रश्न होता. रात्री दीडच्या सुमाराला माणसं आली. दहा मिनिटांत अर्ण्याचं सामान त्याच्यासकट बाहेर...माल आत! पहाटे-पहाटे, उजाडू लागण्यापूर्वी माल हललादेखील!

झोपाळू नजरेनंच अर्ण्यानं झोपडीचा ताबा घेतला. पडी टाकली. सकाळी थेट अकराच्या सुमाराला जाग आली तर....

कोपऱ्यात एक पॅकेट! त्यावर नोंद काहीही असो, आत काय ते अर्ण्याला माहीत ना! दहा मिनिटं नुसता बधिर. काय करावं, काही सुधरेच ना!

होता, सोपा मार्ग होता. मल्ल्याला कसं नि कुठे गाठायचं, अर्ण्याला माहीत होतं. पॅकेट घेऊन जायचं. मल्ल्याला परत द्यायचं. बक्षीस मिळालं असतं; मल्ल्याचा विश्वास संपादन करता आला असता. पण नशिबाने एवढं मोठं बक्षीस दिलं असताना, ते डावलायचं; आणि मल्ल्याकडून छोटं बक्षीस घ्यायचं....कोणीही, संधीच्या शोधात असलेला तरुण विचारात पडणारच की!

अर्ण्या दुलंगेनं आधी एक क्वार्टर मारली. मग झोपडीचा आतून पक्का बंदोबस्त केला. कागदाचे बोळे-बिळे कोंबून, फटी बुजवल्या.

पॅकेट फोडलं!

बासनं आता, मनात आणलं तरी, माघार घेणं अशक्य. वेडेपणाचंही कारण, माल प्रामाणिकपणे परत केला तरी, अर्ण्याला तो उघडून पाहण्याचा मोह झाला होता ही तर वस्तुस्थिती लपत नाही?

अन्....परत काय करतो, येड्याऽ....दहा-दहा ग्रॅम्स वजनाची चोवीस बिस्किटं! हाताची घालवतं का कोणी?

अर्ण्या दुलंगेला तो मोह झाला. आणि त्याच क्षणापासून अर्ण्याच्या दुर्भाग्याला सुरुवात झाली!

सगळं निस्तरण्यापलीकडे गेलं, तेव्हा दुलंगेच्या मनात पहिला विचार आला तो हा–पळून जाव, परागंदा व्हावं! पण विदर्भ-मराठवाड्यातली मैलोन् मैल पसरलेली माळरानं....जंगलं....संत्र्यांच्या बागा...आणि कापसाची पिकं आपल्याला लपवून ठेवायला, मल्ल्यापासून संरक्षण द्यायला असमर्थ ठरतील, याची कल्पना असल्याने, त्यानं तो विचार धुडकावून लावला.

ही झोपडी सोडून, मुंबईच्याच एखाद्या उपनगरात दडी मारणं तर केवळ आत्मघात करून घेणंच होतं! न सांगता-कळवता-विचारता झोपडी सोडायची, म्हणजे, मलबारी गँगमधून फुटल्याचं जाहीर होणार! हा का फुटला? कुठे गेली? म्हणून मल्ल्यानं गँगला शोध घेण्याची आज्ञा दिली, की संपलं! फार तर, आठ दिवसांत न्याय-निवाड्यासाठी आपल्याला मल्ल्यासमोर हजर करण्यात येईल, आणि मग....

त्यापेक्षा, काही घडलं नाही–लक्षातच आलं नाही, असं भासवत इथेच राहावं, काय-काय घडतं, तेही समजत राहील; वेळ आलीच तर, सावधपणे निसटताही येईल!

दुलंगेनं घेतलेला निर्णय एका अर्थी योग्यच होता. पण तो घेतल्यानंतर, शांत राहण्याइतकं त्याचं मन निर्ढावलेलं नव्हतं. प्रसंगाला तोंड देण्याचं धाडस त्याच्या अंगी नव्हतं.

घरात, शोध घेतला तर पाचव्या मिनिटाला सापडेल असं, पाव किलो सोनं! आणि कोणीही कोणत्याही कारणाने येण्याची शक्यता!

धड सोनं विकून, चैनीत जगता येईना, आणि धड गँगमधेही सामील होता येईना! प्रचंड ताण. मानसिक अस्वस्थता.

जरा कुठे खुट्ट वाजलं....आली मल्ल्याची माणसं!

झक् मारली, अन् तो लॉट दाबला असं झालं दुलंगेला!

कामासाठी बाहेर पडता येत नाही; बाहेर पडलं नाही तर पैसे मिळत नाहीत! एवढा प्रचंड पैसा सोन्याचा रूपात घरात पडलेला; वातावरणाचा अंदाज लागत नाही, तोपर्यंत त्याला हात लावता येत नाही!

दुलंगे सतत घाबरलेला. धास्तावलेला. अस्वस्थ.

जिवाची उलघाल. चिडचिड.

आणि शेवटी, एकदाची सुरुवात झाली!

दुलंगेनं झोपडपट्टीतल्या मारवाडी वाण्याला दोन बिस्किटं कवडीमोलाने विकण्यात यश मिळवलं. त्या रात्री दारू....जुगार....बाई....सिनेमा अशी चौरस चैन करून, उशिरा घराकडे परतत असतानाच, अर्ण्या दुलंगेला त्याच्या पाठलागावर असलेला इम्रान दिसला! त्याच्या लाल शर्टमुळे दुलंगेला शंका आली, की हा शर्ट आपण टॉकीजमधेही पाहिला होता. खात्री करून घेण्याकरता, दुलंगे खूप वेडा-वाकडा फिरला. निरनिराळ्या अड्ड्यांवर आणि गुत्त्यांवर रेंगाळला. तर....शंकाच नाही! इम्रान सतत त्याच्या मागे होताच!

झोपडीपाशी त्यानं दुलंगेला गाठलं. म्हणताना म्हणाला, ''जावेदने तेरा हाल पूछने के वास्ते बोला था. इतने दिन में तू आया नही. तबीयत तो ठीक है ना....देखनेकू आयेला था!''

''तू अभी 'खेल-खेल में' देखने आया था ना?'' दुलंगेनं तीक्ष्णपणे त्याच्याकडे पाहत विचारलं, ''वहाँ से मेरे पीछे था क्या?''

''हाँ!'' इम्रान पडेल आवाजात म्हणाला, ''तूने देखा, मालूम नै था. मल्ल्या को मत बोल!''

''क्यू?''

''दुसरी जगा पे होता था, भैंचोद! तुझे तो कल सुब्बे मिलना था! मल्ल्या को पता चला तो खाली-पिली लफडा हो जाएगा!''

''अच्छा, जा बोल दे, अर्ण्या को बुखार है करके आठ-दस दिन नाय आयेगा!''

इम्रान इमानदारीत निघून गेला. पण दुलंगेची खात्री पटली–सगळा बहाणा साला! मल्ल्यानंच या इम्रानला आपल्या पाळतीवर पाठवलं! इतके दिवसांत नाही आला, चौकशी करायला....आजच, आपण बिस्किटं विकली, अन् हा कसा आला?

आपण मारवाड्याला बिस्किटं विकली, हे पण इम्राननं पाहिलं असेल का?

केव्हापासून आपल्या पाळतीवर असेल तो?

मल्ल्याला समजलं तर....

अण्र्या दुलंगे खलास! त्याच्या मेंदूचं पार भिरभिरं झालं! आणि तब्येतीचं खोबरं!

जेवण नाही-झोप नाही. सारखं आपलं आली, मल्ल्याची माणसं!

आठ-दहा दिवस म्हणता-म्हणता, अण्र्यानं पंधरा-वीस दिवस असे काढले. दोन-तीनदा मल्ल्याचे निरोप घेऊन माणसं येऊन गेली. दर वेळी, त्यानं पुढे केलेलं तब्येतीचं कारण मल्ल्याच त्याची तब्येत पाहायला येऊन गेला. अण्र्या घरात नव्हता. शेजारच्या पाडळेनं नंतर सांगितलं, पाडळेपाशी खोदून-खोदून चौकशी करत होता, हरामी!

मग तर, अण्र्याची खात्रीच पटली!

मल्ल्याला संशय आला होता, पण तो सिद्ध करणारं काही हाती लागलं नव्हतं!

त्यानंतरच पाठलाग अन् नजर ठेवणं सुरू झालं! लक्षात येऊ नये, म्हणून दर वेळी दर वळणाला नवीन माणसं!

मल्ल्या माहिती गोळा करतोय, आणि हळू-हळू पण निश्चित गतीने आपल्याभोवतीचे पाश आवळले जातायत....कधी ना कधी मल्ल्या, किंवा त्याचा माणूस आपल्यापर्यंत पोचणार आहे, हे लक्षात येताच, आधी अण्र्या गर्भगळित झाला. मग, मृत्यूचं शिक्कामोर्तब झालेल्या फाशीच्या कैद्यानं मृत्यूबद्दल उदासीन होत जावं, देहाबद्दलची आसक्ती ओसरत जावी,तसा अण्र्या निर्विकार होऊ लागला. मरायचंच तर मल्ल्याला शह देऊन मरावं, त्यालाच उडवावं, असे डेंजरस विचार त्याच्या मनात घोंगावू लागले.

काय करावं, या संदर्भात जेव्हा त्याचा विचार पक्का झाला, तेव्हा तो शांत झाला. अतिशय संथ सावधपणाने त्याचं काम सुरू झालं. वस्तूंच्या खरेदीसाठी जुने बाजार पालथे घातले जाऊ लागले. मधेच त्याचा आत्मविश्वास डळमळीत व्हायचा. शांती नष्ट व्हायची. मृत्यूच्या भीतीने मनोव्यापारही अस्ताव्यस्त व्हायचे. पण त्यात, परिस्थितीला शरण जाण्यातली सुरुवातीची अगतिकता नसायची. परिणामांबद्दल कुतूहलही असायचं.

अण्र्या दुलंगेची तयारी शंभर टक्के पूर्ण झाली, त्या दिवशी पहिल्यांदा त्याच्या तोंडून आव्हानात्मक वाक्य बाहेर पडलं.

''हं–आता ये, म्हणावं!''

प्रतीक्षेच्या त्या चार रात्री!

प्रत्यक्ष मृत्यू परवडला, पण प्रतीक्षा नको!

दीड-दोन महिन्यांचा कालखंड आधीच प्रचंड ताणाखाली जगत...मरत...जगत काढलेला. नंतरचे तयारीचे पंधरा दिवस.

सारखी भीती-तयारी चालू असतानाच, कोणीतरी मृत्युदूत बनून निर्णायकपणे आपल्या समोर उभं ठाकेल, नि सगळी व्यूहरचना पूर्ण करून, तब्बल पाच दिवस झालेत, तर कोणी येत नाही! रोज सकाळी उठलं, की आपलं, सगळं नीट आवरून ठेवण्यात तासभर घालवायचा....रात्री झोपण्यापूर्वी रचना करून ठेवण्यात दीड तास!

इतकं करून, दिवसाउजेडी हिशेब चुकता करायला कोणी येत नाही. हा अंदाज चुकला, की संपलं! सगळी तयारी असून, केवळ रचना नाही....म्हणून मरायचं!

असं सांगता येत नाही ना, की वेळ ठरवून ये! आलेला दारावर लाथ घालूनच आत येणार डायरेक्ट! तो कशाला तयारीला वेळ देतो?

म्हणून दिवसाही सापळा लावायचा, तर... बटरवाला.... अंडीवाला.... पॅटीसवाला.... कोणीपण मरेल की, नाहकपणे!

नाही, पण भित्र्यासारखा मल्ल्या दिवसा-उजेडी येणारच नाही! रात्रीच्या येण्यात जी एक शान असते, ती दिवसा येण्यात नाही! नळकोंडाळ्यावरल्या बायका....खेळणारी मुलं....बिड्या ओढत-ओढत खोकणारे म्हातारे...या सगळ्यांदेखत एक माणूस उडवायचा, त्यात थ्रिल काय राहिलं?

चर्चा झाली पाहिले. अंदाज बांधले गेले पाहिजेत. झालंच तर, पोलिसांना माहिती मिळणं अशक्य होऊन बसलं पाहिजे.

नाही, केव्हाही झालं तरी, मल्ल्या रात्रीचा येईल! आणि नक्की येईल!

हं....सावध, हंऽ....सावऽध!

परवा वाटलं....आज येईल....आला नाही! काल वाटलं, आज नक्की येईल....आलाच नाही! आज तर खात्रीच आहे, तर नाहीच येणार

आजपण!

पण म्हणून, बेसावध व्हायचं नाही काही की, आता नाहीच येत!

असं वाटलं, की आलाच!

तो तेच करू पाहतोय. आपल्याला बेसावध गाठणं.

पेशन्स, मॅन....पेशन्स!

सात रात्री डोळ्याला डोळा नाही. आणि काहीतरी घडण्याच्या प्रतीक्षेचा ताण.

दिवसा अण्या झोपायचा प्रयत्न करायचा, पण ती रात्रीसारखी गाढ कशी लागणार? माणसांची बोलणी....पोरांचा आरडा-ओरडा....बायकांची भांडणं....वाहनांचे आवाज....या सगळ्यांत झोप खंडित होत राहणारच ना! शिवाय ही भीती, की संरक्षण-व्यवस्था नसताना कोणीतरी टपकलं तर?

सात दिवस-रात्रींमध्ये मिळून अण्या दुलंगेला एकूण दहा-बारा तास पण झोप लागली नसेल! दिवसभर त्यामुळे त्याला भ्रमायला झालं होतं. दूर कोणीतरी भांडतंय....कुठेतरी, कोणीतरी गातंय....असं काय वाटेल ते भास व्हायला लागले होते. एकदा तर, चंद्रकला स्पष्टपणे म्हणाल्याचंही त्यानं ऐकलं 'अण्या, दरवाजा खोल. मी बघ तुज्यासाठी काय आनलंय? आन् मुक्काम पन कर्ते हितं!' धडपडून जागं होतं, त्यानं बाहेर डोकावलं, तर कोणी नाही!

बरोबर आहे. चंद्रकलेला आपणच सांगितलं,'आठ-दहा दिवस फिरकू नकोस....जमलं तर मीच तुझ्याकडे येईन!' तर, ती कशाला येते दुपारची? चक्कर टाकलीच,तर रात्रीचीच.

भास व्हायला लागले काय आपल्याला?

चांगलं नाही. चांगलं लक्षण नाही.

अण्यानं सुतारकडून पहिल्या धारेची बाटली आणली. तिनंच खळाळून चुळा भरल्या. चार सपके तोंडावर मारून घेतले. मग, दोन ग्लास पोटात रिचवून तो तरारला.

अंधार पडेपर्यंत, त्यानं तग धरला. तोपर्यंत, पोटात अन्न नाही,

आणि दारू बेदम प्यायलेली!

अंधारातच त्यानं रात्रीची संरक्षण-व्यवस्था लावायला सुरुवात केली.

"तू हे काय करून ऱ्हायलाय?"

"तुला नाय कळायचं! हे आपलं खास मेक्यानिकल वेड अस्तंय!"

"पन, सांगशीन तं खरं-"

"गावी आपुन तर्फेच्या कामावर होतो. हेड मुकूरण्य म्हणून, मुकूरण्य! तेच दन्यान आज उपेगी पडतंय जान वाचवायला!"

"जान? तुजी जान खत्र्यात है, अण्र्या?"

"हां!"

"कोन जिवावं उटलं तुज्या?"

"जावेद मलबारी."

"देवाऽ! आन कसा वाचनार म तू?"

"त्येच तर तर्फेचं लडवून ठेवलं ना!"

"तू?"

"मग कोन, तू?"

"रागवू नको ना, अण्र्या! सांग की, समजौन!"

"जास्त इनक्वायरी करू नको. हे बघ हा दरवाजा हाय? त्याला धक्का बसला, तर ही स्प्रिंग ताणली जातेय. की, हा खिळा इथनं सुटून उडतोय....कुटं बस्तोय....त्या लब्बरवर. त्या लब्बरमधला लोखंडी गोळा उडला, की रप्पकन आपटतोय या, या कैचीवर."

"आन् कैचीतून ही मूठ सुटली का..."

"आंऽऽ...थेट दरवाजातल्या मल्ल्यावर!"

"तू लै हुषार, अण्र्या....आय लौ यू!"

चंद्रकलेशी तिच्याच भाषेत बोलणारा अण्र्या दुलंगे तिच्या 'आय लव्ह यू' कबुलीनं एकदम खुश झाला. त्यानं तिला आवळून धरीत, तिचा पॉक करून मुका घेतला. त्याची मर्जी ओळखून, चंद्रकला पोलक्याची बटणं सोडायला लागली.

चंद्रकलेभोवतीची मिठी सोडत, अण्र्या उठला.

"हे काऽय...गेम खेळत नाय?"

"आसं कसं इच्चारते तू? तुला आसं सोडंन का तवा!"

"म चालला कुटं?"

अण्र्यानं तिला करंगळी दाखवली. चंद्रकलेला फिदीफिदी हसत ठेवून, तो दरवाजाच्या दिशेनं चालू लागला!

"ये अण्र्या का कुछ खरा नहीं, साला!"

"कुछ समझताच नै ना! उसकू काम करना है...नई करना है...."

"जब भी देखो बीमार है, या घर में नै है!"

"मल्ल्या तो बोला उसे काम नै करनेका, तो गँग में से निकाल दो! झोपडी खाली करा दो उसकी!"

"अण्र्या कुमारत को मिल गया क्या जा के?"

"हट बे! ये छपरी को मल्ल्यानेही संभाला ना! काम नै तो जाएगा वापस गाँव को!"

सकाळी-सकाळी आठ वाजता मलबारी गँगची तिघं-चौघं माणसं अशी चर्चा करीत अण्र्याच्या झोपडीपाशी आली. अर्धा तास हाक मारूनही, अण्र्या ओ देत नाही म्हटल्यावर त्यांनी दरवाजा चिरफाळला.

दारात, अण्र्या दुलंगे अस्ताव्यस्त पडला होता.

दारं-खिडक्यांचा आतून इतका कडेकोट बंदोबस्त असताना, अण्र्याच्या पाठीत इतका जीव खाऊन सुरा कोणी मारला असावा, आणि का....

त्यांनाच काय, जावेद मलबारीलाही या कोड्याचं उत्तर मिळणं शक्य नव्हतं!

दंगल

एक

"ए ऽ -"

"क्या हुआ?"

"क्या हुवा काय, क्या हुवा? मारतो काय मला?"

"टच् तरी लागला का?"

"लागलं असतं, मग?"

"लागलं काऽ?"

"लागलं असतं ना, पण!"

"लागलं तर बोलायचं!"

"लै शाणाय्! गाडी अंगावरून गेल्यावर बोलायचं होय, रे?"

"ए ऽ, शाणपणा नाय करायचा आँऽ....बाराच्या भावात पोचवून टाकील!"

"चल ए, चल...शाणा बन! आपल्या नादी नको लागूऽ!"

"तू किसके साथ बात करताय्, मालूम है क्या?"

"दादा है क्या तू, दादाय्?"

"तू दादा है क्या?"

"नै, तू बोल ना–दादाय् क्याऽ? अरेऽ, पुंगळ्याऽ...."

"ए,पवनचक्कीच्या! पुंगळ्या कोणाला म्हणतो तू?"

"तुझ्या बापाचं नाव का रे, पुंगळ्या! राऽड्या....पवनचक्की म्हणतो!

तुझी बायको पवनचक्की!''

"खलाऽस, आता तू खलाऽस!''

"मारणार का? मार, चल!''

"गप ए, फो-''

"नाय-नाय, मार ना मार!''

"तुला काय मारायचं?''

"अरे, माऽर....हिम्मत असेल तर, लावून दाखव हात!''

"लै पाह्यले! उखड बरं, दे हातात!''

"घे तुझा तू. मी कशाला देऊ?''

"हात उखडतो ना, माझा तू–''

"हाँ, जिगरेऽ!''

"उखड–तोड!''

"तू हात लावून दाखव ना!''

"हं-लावला!''

"हं, लव्ला! हॅ-हॅ-हॅ-हॅ! बायको पण इतक्या प्रेमानं हात लावत नसेल!''

"तुझी लावते मला!''

"बायकोला मध्ये घ्यायचं नाय आँऽ....खरुज-खुजल्या, साला!''

"महारोगी!-ए, महारोगी! चल, हट-हट-हट....ईऽऽ!''

"चलाऽ चलाऽ....सुटायचं बघा! कण्णी कापा!''

"मला इथंच उभा राह्यचं! काय म्हणणंय?''

"राहा की! चांगला डांबरात पाय वितळेपर्यंत उभा रहा!''

"तू तोंडाला डांबर फास!''

"तू काय पावडरऐवजी राखुंडी लावतो का चेहऱ्याला, भोंगळ्याऽ!''

"शंकऱ्या, क्या है रेऽ-?''

"आँ? अरे, बघ ना, साऽला! साधा टच् पण नाय्, तरी मला दमात घेतंय!''

"ओ, उस्ताद....काय झालं?''

"तुमचा काय समंऽध?''

"दाखवू का- माझा काय संबंध, ते?"

"एकमेकांना दाखव! हौस असेल तं!"

"शंकऱ्या, इसे बोल दे–आपुन कौन है करके!"

"तू शंकऱ्या का पार्वती होगा–मुझे क्या करना है!"

"तेरे माँ की-"

"तुला आई नाय का? का, आकाशातून पडला?"

"अबे, पडेल तुझा बाप! जिंदगीत आपण कधी पडलो नाय! क्या रे, शंकऱ्या?"

"पडशील! चौघं नेतील, उचलून!"

"ए, अबे तू काम का बोल ना!"

"कसलं काम? माझं काय काम नाय!"

"जा की मग. भेजा कशाला खाऊन राहिलाय!"

"रस्ता तुझ्या बापाचाय् का?"

"नाय, आख्खा रस्ता तुझा बापे, बास?"

"पावणं....भांडण आमचं चाललंय, तुम्ही कशाला मध्ये घुसताय?"

"शंकऱ्या अपना दोस्त है."

"असू दे. मी तुला ओळखत नाही!"

"ओळख करून देऊ का?"

"दे बरं!"

"शामराव डिकोंडेला ओळखतो का?"

"तो कोण डिकोंड्या–तो मला ओळखतो का?"

"तो तुला कशाला ओळखेल?"

"मग, मी त्याला कशाला ओळखू? तो काय इन्द्रागांधी लागून गेला का?"

"हवालदारऽऽऽ!"

"पोलीस हवालदार?"

"हाँऽऽ, लय टेरर!"

"पळ! मी हवालदाराला भीत नाय! पाच रुपये टाकलं की, शेपूट

हालवेल तो डिकोंड्या!''

"ए, अरे, माझा फादरीनलाय् ना तो!''

"मग तर अडीचच रुपये!''

"का? आपला फादरीनला झाला म्हणून इज्जत कमी करता का त्याची?''

"चल, बे! हवालदार–तोही अडीच रुपयात पटणारा! कसली इज्जत घेऊन बसला, राव!

"राव–कोण राव? तो इन्स्पेक्टर?''

"हाँ. राव-इन्स्पेक्टर!''

"त्याला तू ओळखतो?''

"ओळखतो. आपला रिलेटीव असतो तो!''

"एसीपी घायाळला ओळखतो का मग?''

"कोण राव? ओळखत असेल!''

"राव नाय, तू !''

"मी राव नाहीये!''

"तू घायाळला ओळखतो का, तू?''

"कोणत्या हॉस्पिटलात पडलाय्!''

"कोण?''

"घायाळ!''

"इतका शीक पडला? मला माहीतच नाय! कोणत्या हॉस्पिटललाय?''

"सरकारी हॉस्पिटलला असेल तर मेलाच समज! प्रायव्हेटला हालवायलाय!''

"प्रायव्हेट परवडत नाय!''

"घायाळला?''

"तुला कसं कळलं?''

"काय?''

"घायाळ शीके म्हणून?''

"तूच सांगितलं की!''

“मी? मला इन्फर्मेशनच नाय, तर मी-”

“मी घायाळला ओळखतच नाय!”

“ओळखत नाय? घायाळला?”

“नाय!”

“म्हणूनच सांगतो–रुबाब करू नको! एक दिंग मारली ना....जाशील लॉकपला!”

“अरे-अरे....काय, अंगावर घालतो का सायकल आता?”

“बाजूला उभं व्हावा! रहदारी वगैरे काय दिसते का नाय?”

“आम्ही आंधळेच आहोत रे, पण तुला डोळे नायत का?”

“चल्-चल्! ओऽ....हवालदार! च्यायला, इथे हे चौकात टोळक्यानं गप्पा मारतायत, ते नाय दिसत पावट्याला, वळणाच्या कॉर्नरला लपून गिऱ्हाईक शोधतंय् बेणं!”

“ए, आम्ही गप्पा नाय मारत, भांडतोय!”

“झक मारा ओ तुम्ही, पण जरा कडंला व्हा की!”

“जा की गुपगुमान....आपल्या वाटेनं!”

“एऽ सायकलीच्याऽ!”

“का रे, लय दात आले का आँ! मी काय गलत बोललो....शिवीगाळ केली....का उगा आपलं डाफराय लागलाय?”

“माफ करा, जावा आता! नाय् तर फुकट चार हात पडतील!”

“असं का, असं?दाखवू का तुला माझा हिसका?”

“हेंऽत्तिच्याऽता!”

“हिम्मत असेल तर संध्याकाळी भेटतो का?”

“संध्याकाळी? अरे, आत-ता!-इथं! चल, है आवाज?”

“आवाज कवा पण हाय, पण आता टाईम नाय! पुन्हा भेट तू!”

“बोल, कुठं येऊ? तुझ्या घरात घुसून तुला हाणू?”

“ग्रीन हॉटेलला ये. आपण तिथं कामाला अस्तो!-ये!”

“आऽज! तुझे नवरे तयार ठेव. हा बापू काशिद कोणाचं चॅलेंज ठेवत नाय!”

"आपलं नाव पण चंदर आहे....काय? आण कोणाला आणतो. हिजडेच करून पाठवतो!''

दोन

"बाप्या....खरं सांग, भडव्या, तू कशाला 'ग्रीन' ला आय घालायला गेला होता?''

"घायाळसाहेब, आपण अध्यात ना मध्यात; हा चंदर सायकलीवरनं आज...धडकला! बरगडीत हॅनुल बसलं, साहेब! सभ्यपणे विचारतोय, तर मलाच दमदाटी केली! म्हणाला,'संध्याकाळी 'ग्रीन' ला ये, नाय तर रात्री तुज्या गल्लीत घुसतो!''

"म्हणून तू 'ग्रीन'ला गेला!''

"हां, साहेब....काय करणार? आपल्या गल्लीचा मी 'शांतता कमिटी' चा अध्यक्ष आहे! तिथे मारामारी कशी करणार?''

"पण मारामारी करायचीच कशाला? इथे काय, अन् तिथे काय?''

"चंदरनं चॅलेंज दिला ना, साहेब!''

"होऽ, पण आता लफडं झालं ना? कसं निस्तरणार?''

"तुम्ही आहात की साहेब!''

"मला काय दुसरा धंदा नाय् का?''

"तुमच्याच इज्जतीचा सवाल होता, साहेब....म्हणून...''

"माझी इज्जत? आणि ती कुठून आली, मध्येच?''

"मध्येच कशी? तुम्हाला पहिल्यापासून इज्जत असेलच की!''

"मध्येच म्हणजे-या लफड्यात ती कुठून आली?''

"हां,हां.... मी चंदरला समजावून सांगत होतो साहेब, की मारामारी करू नको; तुला जड जाईल. घायाळसाहेब आमचे हितचिंतक आहेत. ते तुला 'आत' घेतील! तर त्याची माणसं तुम्हालाच घोडे लावाय् लागली!''

"आँ?''

"सांगतो काय! म्हणून तर मला त्या चंदरचं टाळकं फोडावं लागलं, ना!''

"हंऽ....बाप्या, नीट सांग. 'ग्रीन' ला काय झालं? आणि मनचं घुसडू नको, काय?"

"मनचं? नाय, काय! घडलं तेच नि तेवढंच सांगणार,साहेब! आपलं काय वय पण नाय् राह्यलं मारामारीचं नि हौस पण नाय् राह्यली! सकाळी चंदरनं चॅलेंज केला, तसा घुश्यात आपण पण तो स्वीकारला, साहेब. दुपारी विचारीपणा करताना वाटलं, हे काय खरं नाय्! दुसऱ्याच्या मुहल्ल्यात घुसून मारामारी करणं आपल्याला आता शोभत नाय्! हां, साहेब....तुम्हाला तर आपली जिन्दगी माहिताय्. आमचे फादरीनला-डिकोंडे-तुमच्यासमोर आपलं पुस्तकच खुल्लं केलंय्! जवानीत आपण डोस्क्यात बरण्या फोडल्यात, गज घालून नडग्या तोडल्यात-वस्तर चालवलंय्... सगळं केलंय.पण आता,'शांतता कमिटी'चा 'विशेष कार्यकारी दंडाधिकारी' व्हायचा पण चान्स बसतोय्. आन् त्या चंदरची काय अवकात?"

"शाबास रे, बहादूर! हे कळतं ना तुला? मग, संध्याकाळी 'ग्रीन'ला कशाला गेला?"

"ते....गेलो नसतो तर चंदरला काय वाटलं असतं? त्यानं आपली काय इज्जत केली असती, साहेब? पण मी मारामारी कराय् नाय् गेलो!"

"मग-?"

"शांततेचा प्रस्ताव घेऊन गेलो साहेब!"

"तू? आणि, तीस-चाळीसजण कशाला नेले होते मग?"

"मी नेले नव्हते, साहेब! ते आपले माझ्या मागोमाग आले!–ब्यॅकिंग ओन्ली!"

"तू शांततेचा प्रस्ताव घेऊन गेला, तर मारामारी कशी झाली?"

"त्यांनी केली! आम्ही फक्त प्रतिकार केला, साहेब!"

"प्रतिकार करताना इतकी टाळकी फुटतात का?"

"आमचा मकसद प्रतिकाराचा होता; पण...एक टोला बसला, की वैतागून आपणही टोला हाणणारच की साहेब!"

"म्हणजे, मारामारीच झाली!"

"होणारच की! तो चंदर म्हणाला–'तुझ्या त्या घायाळला घायाळ

करून सरकारी दवाखान्यात पोचवतो!' आम्ही कसं ऐकून घेणार, साहेब?''

''अस्सं? तो चंदर–दीडदमडीचा वेटर–मला पोचवणार?''

''असं 'तो' म्हणाला!''

''हं....तू, बाहेर कोण आहे रेऽ? त्या चंदरला माझ्यासमोर हजर करा! आत्ता माज उतरवतो, साल्याचा! एस.पी.घायाळला धमकी?''

तीन

''चंदर....तू सच बोलता है?''

''मैं क्यों झूट बोलने लगा?''

''तो....तेरा कोई कसूर नहीं था? तूने कुछ भी किया नही?''

''बापू काशिद और उसके कुछ दोस्त सिग्नल पे खडे थे. एक आदमी से उनका झगडा चालू था. मैं साइकिल पर से जा रहा था, तो गलती से बापू को मेरा धक्का लगनेवाला था. लेकिन उसके सामनेच मैं जाके रुका.''

''बापू काशिद को पहले जानता था?''

''नहीं. मुझे तो नाम भी मालुम नै था! एकदम गाली देकर चिल्लाने लगा-साइकील चलाना नहीं आता क्या, करके! मैं बोला, रस्ते में क्यों खडे रहते है? साईड में हो जाओ!''

''ये तो बात है! इस में फिर झगडे का क्या काम?''

''वो बोलने लगा–मैं कोन, मालुम है क्या? इसको पैचानता क्या? उसको जानता क्या? अभी,इसी वक्त तुमको खलास कर देगा!''

''फिर?''

''मैंने कहा–माफ करना, मुझे काम है. मै 'ग्रीन होटल' जा रहा हूँ. तो बापू बोला–'शाम को वहॉ आके राडा करता!'तो मैं तैयार रह गया. अमीन, शाकीन, सुलेमान...सब को बोल के रखा–ऐसा ऐसा लफडा है. जरुरत पडे, तो तैयार रहना! धंदे के जगा पे मुझे तो गडबड नहीं चाहिए थी, लेकिन ये बापू पचास-साठ गुंडे लेकर आया, और अन्दर घुस कर उसने मेरी पिटाई शुरू कर दी! फिर हमने भी उन्हें मार भगाया!''

''तो बात खतम हुअी. वो घायाळ साबने तुम्हें क्यों अंदर किया?''

"बापूने उसे क्या बताया, मालुम नही. घायाळ के सिपाहियोने देखो मुझे कितना मारा! मैं कुछ कहने लगा, तो उल्टे मुझेही दम दिया. मुहल्ले में रहना है तो सीधी तरह रहो; नहीं तो पाकिस्तान चले जाव!"

"सुना आप लोगोंने?....हम जुल्म के खिलाफ आवाज उठाना चाहेंगे, तो अब हमें हमारा मुल्क छोड कर पाकिस्तान जाना होगा!"

"काशिद कुछ भी करें- हमारा चाहे जितना नुकसान करें,बेकसूर को सरेआम कतल कर दें....हमें चुपचाप सहना चाहिये!"

"ऐसा क्यों? पुलीस भी उस की है क्या?"

"हम ये हरगिज बर्दाश्त नहीं करेंगे!"

"चलो, कमिश्नर के पास चल कर फरियाद करते है!"

"चलोऽ!"

चार

"हॅलाऽव...."

"बापू काशिद? एक मिनिट.हं, इथे बोला-"

"हॅलो, बापूसाहेब....बाळासाहेब डिकोंडे."

"हांऽ, फादरीनलाऽ....बोला, काय म्हणताय्?"

"काय बोला? इथं सगळा बल्ल्या हून बसलाय्!"

"का, काय झालं?"

"अहो, तुम्ही त्या घायाळसाहेबाला भरीस घालून, चंदरची कशाला इतकी धुलाई केली?"

"पण, तुम्हीच मला त्यांच्याकडे जायला सांगितलं ना?"

"होऽ, पण प्रकरण मिटवायला हो; ते भडकवायला नाय्! घायाळसाहेबाचा मुहल्ल्यातल्या लोकांवर रागच आहे. चंदरने पोलिस कम्पलेन्ट केली, तर तुम्ही त्यात अडकाय् नको, म्हणून तुम्हाला मी त्याच्याकडे पाठवला. तुम्ही तर आगीत तेल ओतून आले!"

"आऽसं, काय झालं काय एव्हडं?"

"घायाळसाहेबानं चंदरला सुजे-फुटेपर्यंत धुतला!"

“माझ्या सामनेच झालं की ते! चंदर माझ्या पण पाया पडून- माफी मागून गेला. प्रकरण मिटोनच घरी आलो मी.”

“मिटोनच? अशी प्रकर्ण सहजासहजी मिटत नसतात, जावयबापू! चंदरच्या जमातीनं काल कमिशनर ऑफिसवर मोर्चा आणलाता! त्यांनी घायाळसाहेबाविरुद्ध निवेदन दिलं. घोषणा दिल्या. निवेदनाची एक कॉपी पेपर आणि मुख्यमंत्र्यांना पाठवली!”

“तिच्याऽता त्यांच्या! लै माजले काय हरामी!”

“एवढ्यान् काय होतंय्! घोषणा देताना जमावाचं स्पिरिट तापलं. जमावानं मग पोलिसांना पण शिव्या दिल्या! पोलिसांनी त्याला अडवण्याचा-रोखण्याचा प्रयत्न केला. धक्काबुक्की झाली. छडीमार करावा लागला!”

“अरारारारारा! एव्हडं झालं म्हणता, फादरीनला!”

“हौऽव्!”

“पण पेपरला तर काय नाय्!”

“दाबलं आम्ही ते! नाय् तर या पेप्रांना कायतरी कोलीत हवं अस्तंय्च की!”

“आता-?”

“घायाळसाहेब गेले आजा पास्नं रजेवर! मोठ्या सायबांनीच सांगितलं. म्हणाले–प्रकरण हाशप होईपर्यंत आठ दिवस येऊ नका!”

“बाळासाहेब....तुम्हाला काय वाटतं?आठ दिवसांत प्रकरण मिटेल, का वाढेल?”

“ते त्या मुहल्लेवाल्यांवर अवलंबून!”

“नाय मिटत मग! ते साले, संधीच्या शोधात असतात!”

“पण, आपण द्यायचीच कशाला ती, बापूसाहेब?”

“अहो, हे आमच्यातलं पर्सन टु पर्सन भांडण. पण मुहल्लेवाले त्याला जातीय रंग देणार बघा! आम्ही भांडलो तेव्हा त्याला किंवा मला तरी माहीत होतं–कोण,कोणत्या जातीचा आहेते! चंदरनं मला काय मुसलमान म्हणून आवाज दिला, का त्याचा चॅलेंज मी हिन्दू म्हणून घेतला? आम्ही एकमेकाला हाणलं–संपलं!”

“पण घायाळसाहेब चंदरला कशाला म्हणले–मुहल्ल्यात तर नीट ऱ्हावा, नाय् तं पाकिस्तानला जावा!”

“तुझ्याऽयची रेऽ!”

“आँ-?”

“नाय्, तुम्हाला नाय्....त्या चंदरला! बाळासाहेब, अहो, कशाची पण शपथ घेतो मी; घायाळसाहेब असं काय पण बोलले नायत्! ही ह्यांचीच चाल आहे!”

“आसं ना? वाटलंच मला! की, घायाळसाहेब एव्हडा हुद्द्याचा माणूस- एव्हडा एक्सपीरियनवाला आन्....आसं बोललाच कसा!”

“काय तरी गेम हाय, बाळासाहेब! बरं झालं, तुम्ही मला सावध केलं! आता, मी बघतो. करतो कायतरी जालीम उपाय!”

“जपून, बापूसाहेब! प्रसंग आलाच तर माघार घ्या....घायाळसाहेबाचा बळी द्या, पण जातीय लफड्यात अडकू नका! फोनवर मी जास्त काय बोलत नाय, काय?”

“हां, ठीकाय. रातच्याला घरी चक्कर टाकतो. शुद्धीवर रहा!”

पाच

“हणमंतराव-”

“ये,अंत्या ये! काय म्हणतंय तुझं हेरखातंऽ?”

“हेरखातं दुसरं काय म्हणणार? बातमीच आणणार!”

“मागच्या जातीय दंगलीच्या वेळी आपण बेसावध होतो, म्हणून मार खाल्ला!”

“आठवण नको त्या दंगलीची! अजून पेटती घरं अन् पडते मुडदे डोळ्यांसमोर दिसतात, अन् हृदयात आगीचा डोंब उसळतो!”

“तुमच्या भावना मला कळतात, हणमंतराव. म्हणून तर बातमी मिळताच, लगोलग इथे आलो! घरी पण गेलो नाही. हे बघा,डाव्या हातातच आहे!”

“काय बातमी आहे?”

"मी तुम्हाला तेव्हाच म्हणालो होतो- धीर धरा. दम खा. या पराभवाची परतफेड करण्याची संधी आपल्याला मिळणार! आठवतंय?"

"हो, पण शिंच्या, अरे बातमी तर सांगशील की नाही?"

"ऐका. चंदर नावाच्या तडीपार गुंडाला ए.सी.पी. घायाळनं लॉक-अपमधे घेतलं, बेदम मारलं! त्याचा निषेध म्हणून त्याच्या मुहल्ल्यातल्या लोकांनी कमिशनर ऑफिसवर मोर्चा नेला. निदर्शनं केली. पोलिसांना धक्काबुक्की केली. पोलिसांना लाठीमार करून जमाव पांगवावा लागला."

"घायाळ? ए.सी.पी. घायाळ?"

"होऽ. तो बिचारा नाहक या रोषाला बळी पडला! गुंडाला सोडावं, तर वृत्तपत्रं नि सामाजिक कार्यकर्ते बोंब मारणार; पकडावं, तर हे मुहल्लेवाले त्या प्रकरणाला जातीय रंग भरणार! सक्तीनं रजेवर गेला घायाळ!"

"अरेरे! सरकारनं बोटचेपेपणा करून, पार डोक्यावर बसवून ठेवलंय ह्यांना! मी त्या घायाळला ओळखतो. वर्दीचे गुण पुरेपूर असले तरी, माणूस बरा आहे आणि मुख्य म्हणजे, 'आपल्या' बाजूचा आहे!"

"करेक्ट! हे महत्त्वाचं! चुका काय, कोणाच्याही हातानं होऊ शकतात; आपला माणूस म्हटला तर, अशा वेळी त्याच्या मागे आपण उभं राहायला हवं!"

"आहोत, आम्ही आहोत! अंत्याऽ, घायाळला म्हणावं, तू एकटा नाहीस....संपूर्ण हनुमान तालीम मंडळ तुझ्या पाठीशी आहे! पाहूच, कोण घायाळवर अन्याय करू शकतं!"

"जय हनुमाऽन!"

"जय हनुमाऽन!"

सहा

"आईये, कार्पोरेटरसाब....तशरीफ रखिये."

"आदाब अर्ज है शकूरमिया."

"साथ में कौन है?"

"मुहल्लेवाले है."

"आईये, आप सब अन्दर आईये. कुछ काम लेकर आये है?"

"हाँ. आपको तो सब मालुम होगा, आमदारसाब?"

"हाँ, लेकिन गैरोंने बताया था; अपनोंने नहीं!"

"आप ख़फा है? लेकिन सब बाते जिस तेजी से घडी....कहने-पूछने के लिये फुरसद थी ही कब?"

"तो अब क्या कहने आये हैं?"

"यहीं....मरना नसीब है,तो अपनो के हात मरवा दे; काफिरो के हाथ नहीं।"

"हं....और उनके बीस मरे, वो किसके हाथो मरे?"

"हमारे भी लोग मरे हैं....अनगिनत बुरी तरह घायल पडे हैं।"

"तुम लोगोंने पहले मेरे पास आना था कर्फ्यू-जारी करनेतक नौबत आ पडी, और अब चले आये है। बोलो, क्या कर सकता हूँ मैं?"

"तो....हम वापिस चलते हैं, आमदारसाब। नसीब में है, वो होके रहेगा....और क्या?"

"ठहरो। मैं ताने दे रहा हूँ, इस का मतलब ये नहीं कि मैं कतरा गया हूँ। लेकिन, आइन्दा गलत कदम मत उठाना. हर कदम सोचसमझकर रखना जरुरी है।"

"आप क्या सलाह देते हैं?"

"पहले ये तो मालुम कर लूँ कि हुआ क्या? दंगे-फसादतक मुआमला क्यों आ गया? सलाह-मशवरा तो दूर की बात है।"

"कहने के लिये हैही क्या, आमदारसाब, ये तो रोजमरे की बात हैं! कोई आता है....जुल्म-जबरदस्ती कर जाता है! हम खिलाफत में कुछ करते हैं,तो ताने दिये जाते हैं–शांती से नहीं बरतना है तो अपने देश चले जाओ। क्या, ये मुल्क हमारा नहीं? हम इस देश के दुष्मन हैं?गद्दार हैं?"

"बम्मनपाडा में जो वारदाते हुयी–लोंगो के घर जला दिये...कतल करते समय ना बच्चे देखे, ना बूढे, ना औरते....ये किसने किया?"

"हमने."

"क्या जरुरत थी?"

"बम्मनपाडा की बाते आप जानते हैं,आमदारसाब,और..मुहल्ले की

नहीं?''

''क्या हुआ मुहल्ले में?''

'''दो-ढाई सौ लोग हात में नंगी तलवारे लेकर चारो ओर से लपक पडे। 'जय श्रीराम','जय हनुमान'...'जय भवानी, जय शिवाजी' के नारे लगाकर मुहल्लेपर टूट पडे।''

''ऐसा कुछ हुआ नहीं था।''

''तो क्या, हम आप से झूठ बोलते हैं?''

''नही. आप लोग गलतफहमी के शिकार हैं।''

''कैसे?''

''कुछ गुंडे, बदमाषोंने मौके का फायदा उठाकर पुराना हिसाब चुकता किया था। वे किसी भी जाति या पंथ के नहीं थे, पार्टी के कार्यकर्ता नहीं थे''

''और वे नारे?''

''एक साजिश थी–तुम लोगों को गुमराह करने की।''

''तो....हमभी खतावार है?''

''नहीं. तुम लोगों को सावधानी बरतनी थी, बस!''

''ठीक है....मानते हैं की, कुछ गलत कदम हमने उठाये, कुछ तो उन्होने भी उठाये. हम मानते हैं; वे कहाँ मानते हैं?''

''तुम लोगोने गलतियों का अहसास उनके सामने कुबूल किया क्या?''

''नहीं.'

''तो उनसे उम्मीद क्यो रखते हैं आप?''

''आप की सलाह क्या है? हम हथियार डालकर-''

''नहीं,अब कोई फायदा नहीं! बात आगे निकल चुकी है!अब तो इसी बात को लेकर सत्ताधारी पार्टी और विरोधक विधानसभा में लडनेवाले हैं! सरकार रहेगी, या गिरेगी...फैसला हानेतक कोई मामले को हल नहीं होने देगा।''

''लेकिन....फिर तो, जगा-जगा पे इसके हश्र निकल आनेवाले है।''

"हाँ, जरुर। मैं तो तुम्हे वही बताना चाहता हूँ, कि तैयार रहो। होशियार रहो। पैसों की जरुरत पडे, तो मैं इन्तजाम कर दूँगा।''

"शाकूरमिया।

"हाँ, अब हम पीछे नहीं हटेंगे। जरुरत पडे तो बाहरदेशसे भी मदद मिलनेवाली है। सिर्फ एक बात का खयाल रहें....हाथ उठाया तो गर्दन कटनी चाहिये।''

"और....पुलीस?''

"वो सब मुझपर छोड दो। समझना कि तुम लोग एक आमदार का नहीं, नयी सरकार के एक मंत्री का हुक्म मान रहे हो!''

"बाऽस....मंत्रीजी, अब आप देखते रहिये, आगे-आगे होता है क्या?''

"हॅलो....''

"हा, आवाज पहचानी।''

"तीर निशाने पे बैठा?''

"हाँ, अब सिर्फ आप के इशारा करने का इन्तजार है!''

"इस महिने की तेरा तारीख।''

"ठीक है, पुरे स्टेट में धमाका होगा। लेकिन....''

"पैसे मिल जाएँगे. पुलीस को भी कहीं ना कहीं काम पे लगा दिया जाएगा!''

"वो तो आप करेंगे ही।''

"तो?''

"आप की सरकार में मेरा मंत्री बनना....''

"बात को भूलने की मुझे आदत नहीं। वादा पक्का है।''

"शुक्रिया! तो फिर....तेरा तारीख।''

सात

"नमस्कार. मराठी दूरदर्शन केंद्राचं हे विशेष बातमीपत्र आहे.

"गेले सात दिवस विस्कळीत झालेली राज्यव्यवस्था आता सुरळीत झाली आहे. काही विशेष नाजूक दंगलग्रस्त भाग वगळता, राज्यातील सर्व

भागांमधील संचारबंदी उठवण्यात आली असून, जमावबंदी मात्र जारी आहे! नागरिकांनी कोणतीही भीती न बाळगता आपले दैनंदिन व्यवहार सुरू ठेवावेत, असे मुख्यमंत्र्यांनी जनतेला उद्देशून काढलेल्या पत्रकात स्पष्ट केले आहे.

"गेले सात दिवस राज्यव्यापी जातीय/धार्मिक दंगलींमुळे राज्याचे सर्व व्यवहार ठप्प झाले होते! या दंगलीमागचे कारण समजले नसून, दंगलीस जबाबदार कोण, हेही स्पष्ट झालेले नाही. विरोधी पक्षनेते व विरोधी पक्षाने 'या परिस्थितीला राज्यातील कायदा व पोलिसयंत्रणेची शिथिलता व बेफिकिरी कारणीभूत आहे', असा आरोप करून, या दंगलीचे उत्तरदायित्व मान्य करून सरकारने राजीनामे देऊन, निवडणुका घोषित कराव्यात, अशी जोरदार मागणी केली आहे!

"दरम्यान, आमच्या प्रतिनिधीशी वार्तालाप करताना, मुख्यमंत्र्यांनी विरोधी पक्षाच्या राजकीय खेळीचा परखड शब्दांत निषेध करून, आपले सरकार कदापिही परिस्थितीला शरण जाऊन बरखास्त होणार नाही, अशी ग्वाही दिली आहे! एका प्रश्नाच्या संदर्भात उत्तर देताना, 'प्रस्थापित सरकार पाडण्यासाठी व सत्तेवर येण्यासाठी विरोधी पक्षाने ही गचाळ खेळी केली असून, दंगलीला चिथावणी देण्यात विरोधी पक्षनेत्यांचा हात असून, सत्तेच्या लालसेपायी विरोधी पक्षाने समाजकंटक, देशद्रोही लोकांशी हातमिळवणी केली!' असा आरोप मुख्यमंत्र्यांनी केला! या दंगलीमागे परकीय शक्ती असण्याची शक्यता वर्तवून, त्यांनी दंगलीत नुकसान झालेल्या सर्व दंगलग्रस्तांना नुकसानभरपाईचे आश्वासन दिले आहे.

"लवकरच, या दंगलीची नि:पक्षीय चौकशी करण्यासाठी आयोग नेमण्यात येणार असून, चौकशीअंती जे दोषी ठरतील, त्यांना कडक शासन करण्यात येईल, असेही मुख्यमंत्र्यांनी जाहीर केले आहे.

"विशेष बातमीपत्रं संपलं. नमस्कार. थोड्याच वेळात आता ऐका....जनतेला उद्देशून, मुख्यमंत्र्यांनी केलेले भाषण....!"

"चांऽगभलंऽ!"

"चां‌ऽऽगभलंऽऽ!"

"घायाळसाहेब....आम्ही तर म्हटलं, कटतो आता तुमचा पत्ता!"

"सोडा हो बापूसाहेब....पत्ता काय कटतो! उलट, कमिशनर रिटायर झाले की, घायाळांचा नंबर लागतो बघा!"

"डिकोंड्याऽ, तुम्हाला लेको, मला दंगलीत मिळालेलं शौर्य-पदक दिसतं...मिळणारी बढती दिसते; माझ्या तीन पेट्या सगळं मिटवण्यात नि वर्णी लावण्यात बरबाद झाल्या, त्या नाय दिसत, नाही का?"

"तीऽन पेट्या?"

"अगागागाऽ!"

"जाऊ दे. त्या मी यूँ वसूल करीन! सर सलामत तो पगडी पचास! काय? पण या दंगलीनं साला माझा खूप फायदा झाला–सगळ्यांचाच झाला, म्हणा!"

"जन्ता सोडून!"

"का, तू जनता नाहीय का बाप्या?"

"आपण तर जन्ताच है!"

"मग, तुला स्कॉचची पार्टी नाही का मिळाली?"

"पार्टी–हं! घायाळसाहेब, तुम्हाला वाटेल, तिसरा पेग या बाप्याला चढला! पण...बोलू का नको?"

"अरे, बोल, बिनधास बोल! मी काय आता ए.सी.पी.नाही."

"साहेब...या दंगलीमुळे मृतांच्या नातेवाइकांना पन्नास-पन्नास हजार मिळाले!मला तर अशी घरं माहितीयत साहेब, आजारी म्हातारं माणूस खपलं, तर घरच्यांनी दंगलीत मेले म्हणून पैसे कमावलेत! ज्यांच्या झोपड्या अन् जुनी घरं पडली....जळाली, त्यांना म्हाडानं ब्लाक दिलेत! कारवाई करायला पाहिजे, त्या पोलिस-अधिकाऱ्यांना सरकारनं बक्षिसं नि बढत्या दिल्यात! कशाला....त्या वेळचा विरोधी पक्ष सरकार स्थापून सत्तेवर आलाय, नि पक्षनेता मुख्यमंत्री झालाय!"

"म्हणून तर दंगल जळत ठेवायची ना! बाप्या, मागच्या वेळचे सत्ताधारी आता विरोधी पक्ष म्हणून बसतायत. उद्या तेही संधी मिळाली तर

अशीच दंगल पेटवतील. तिचं खापर सत्तारूढ सरकारवर फोडून पुन्हा सत्तेवर येतील! बोला!''

"आणि तेव्हाही....ज्याच्यामुळे दंगल सुरू झाली, त्याला स्कॉचच!''

"आँ?''

"घायाळसाहेब....ही दंगल कशी नि कुठे सुरू झाली, याचा मी साक्षीदार आहे! चंदरदेखील होता, पण तो दंगलीत मारला गेला! त्याच्या घरच्यांना नवी जागा अन् पन्नास हजार तरी मिळाले; आम्ही मेलो नाही, म्हणून आम्हाला मात्र स्कॉच!''

"बापूसाहेब-''

"फादरीनला, अहो, अवैध संबंधांतून राहिलेला गर्भ नि त्या दंगली....सारख्याच चिवट असतात! आधी कायच नसतं! मग, कशामुळे तरी, कायतरी निर्माण होतं. लक्षात येण्याआधी मूळ धरतं. मग कितीही पाडायचा प्रयत्न करा....नेस्तनाबूत होत नाय! दंगल पण अशीच. साधं काय तरी खुस्पट. वैयक्तिक खुन्नस. तिलाच कोण तरी ब्याकिंग देतं, नि साध्या मारामारीत जातीय अन् धार्मिक रंग चढतो! ती विझवायची, तर हे रांडेचे पुढारी कार्यकर्ते तिच्यात आणखी तेल ओतून, तिचं राजकीय भांडवल करतात! सरकार उलथवतात,सरकार!''

"डिकोंड्या, जावई एकदम फार्मात आला बघ। झुईंऽऽग–हंऽ!''

"जपून बोलायचं आं, घायाळसाहेब! दंगल कशी सुरू होते, आपल्याला कळलंय! आता आपण सामान्य जन्ता राहिलेलो नाय! साला, एक पत्र मुख्यमंत्र्यांनाच पाठवतो-तोड करा, ना तर सरकार पाडतो! आणि विराधी पक्षनेत्याला एक की, दंगल करायची का? सांगा! लय सोपंय फादरीनला दंगल घडवून आणणं! सरकार कोसळवणं लय सोपंय! सगळ्यांचा फायदाच फायदा! आता....त्यात गरीब, बेकसूर जनता मरते...बेघर होते....अन्नाला महाग होते...त्याला इलाज नाय...त्याला इलाज नाय! काय घायाळसाहेब? कोणाचा, कशालाच इलाज नाय...वाहत राह्यचं, बाऽस!''

❑❑❑

अकाली

आणि अखेर-
तुम्ही सारे हरलात;
मी जिंकले!
तुम्ही त्यामागच्या कारणांचा शोध घेत बसा.
बाबा, तुम्ही माझ्या पंधरा वर्षांच्या वागणुकीतले बारकावे तपासा.
आई, तू सर्वत्र चौकशा करून कार्टीचा पाय कुठे घसरला का, ती माहिती मिळव.
डॉक्टरअंकल, एक गुंतागुंतीची सायकिक केस म्हणून तुम्ही सुस्कारा सोडा.
नाऊ, आय माइन्ड नथिंग. आता, काहीही वाटण्यापलीकडे मी पोचले आहे. मला हवं ते मिळालेलं आहे.
अथांग मनःशांती. चिर असं स्थैर्य.
आणि सडक्या-किडक्या मानवजातीपासून सुटका!
कायमची.
होय. माझी आत्महत्या पूर्णतः यशस्वी ठरलेली आहे.
काही उपयोग नाही, हे कळत असून, तुम्ही लोकांनी माझा जळका-गळका देह 'ससून'ला नेलात, मला जगवण्याचे अयशस्वी प्रयत्न केलेत.
डॉक्टरांनी पाहताक्षणी सांगितलं—सॉरी, यू आर टू लेट!
तुम्ही सारे धाय मोकलून रडत असतानाच, मिळालेल्या विजयाने

बेभान होऊन मी खदखदून हसत होते!

वेड्यांनो, माझा देह माझ्यापासून सुटला याबद्दल खुद्द मला यत्किंचितही दु:ख नाही.

तुम्ही का शोक करता?

केव्हातरी जरा-जर्जर होऊन पंचत्वात विलीन होणारा एक देह टवटवीतपणे पंचत्वात विलीन झाला म्हणून?

दु:ख खरं कसलं?

माझ्या रूपाने एका आई-वडिलांची मुलगी गेली...

शेकडो तरुणांच्या स्वप्नातल्या चाळ्यांमधली एक तरुणी कमी झाली...

कोणा एकाची हक्काची भावी पत्नी त्याला स्पर्शही करू न देता निमाली...

कदाचित, कोणा जीवांना पृथ्वीतलावर आणणारं एक माध्यम कमी झालं....

पैकी कशाकरता तरी प्रत्येकाला दु:ख!

अन्यथा, एक 'माणूस' कमी झाल्याचं दु:ख कोणाला झालं असतं, तर माझ्या लेखी तेवढंच दु:ख खरं!

तेच कोणाला होणार नाही, म्हणून तर ही आत्महत्या!

शुक्-शुक्....!

अहो, तुम्ही असे गांगरल्यासारखे इकडे–तिकडे काय पाहताय्, अं? मी तुम्हाला सांगतेय्-तुम्हाला. नि कोणालाही. तुला, तिला, त्याला, त्यांना, ह्याला, हिला, ह्यांना...जो-जो म्हणून मनुष्यप्राणी आहे, अशा कोणाहीसाठी आहे हे.

हं-हं, आलं लक्षात. तुमचा गोंधळ होणं साहजिकच आहे, नाही का?

मृत्युसमयी माझं वय अवघं सोळा होतं, लक्षातच नाही राहिलं.

सोळा वर्षांची एक कुमारी असं काही बोलू शकते, हे सर्वसामान्य जग-रहाटीत बसत नाही, म्हणून तुमचं चकित होणं.

तसं असेल तर ते योग्यच आहे म्हणा. पण लक्षात ठेवा–नियमांना अपवाद असतात; नि एखादा अपवाद, मुलीचाही असू शकतो म्हटलं!

माझ्या इतर बडबडीत तुम्हालाही स्वारस्य नाही ना?

वाटलंच!

इतर कोणाही जनसामान्याप्रमाणे तुम्हालाही हाच प्रश्न पडला असणार–

समिधा केसकर दहावी एस.एस्सी.ला त्र्याण्णव टक्के मार्क्स मिळवून पहिल्या दहांमध्ये आली होती.

अकरावीलाही तिला ब्याण्णव पॉइन्ट सत्ताऐंशी टक्के मार्क्स पडले.

आईवडिलांची ती एकुलती एक लाडकी. दोघांनीही तिचा शब्द कधी खाली पडू दिला नाही.

पोरगी शांत, मितभाषी, मनमिळाऊ, हसरी.

असं सारं असताना,

समिधा केसकरनं आत्महत्या का केली?

सांगते.

म्हणजे, मला आठवतं, तसं-तसं मी सांगत राहते.

पाहा–शोधता आलं तर, तुमच्या प्रश्नाचं उत्तर तुमचं तुम्ही शोधून घ्या!

मी....समिधा केसकर...

अगदी लहानपण कोणालाच आठवत नाही. कारण, शी-शू, दूध पिणं, रडणं-हसणं...यापलीकडे त्यात विशेष अशी कोणतीच क्रिया नसते. आईच्या कुशीतला तो इवलासा जीव परावलंबी असतो. मोठ्या माणसांच्या दयेवर-प्रेमावर तो दिवस कंठत असतो. म्हणूनच कदाचित या दिवसांमधल्या त्याच्या लीला आई-वडील वा तत्सम मोठ्यांच्या चांगल्या लक्षात राहतात. मोठेपणी मूल जास्त शहाणपण शिकवू लागलं, की हे आठवणीचे तुकडे फेकून त्याचं तोंड बंद करता येतं.

असेच काही तुकडे आईनं वारंवार माझ्या तोंडावर फेकले. त्यातून मला माझं बालपण समजलं, ते असं–

जन्मतःच इतर मुलं रडतात तशी मी मुळीच रडले नव्हते. इतर वेळी रडक्या पोरांना शांत करण्यासाठी जिवाचा आटापिटा करणारी ही मोठी माणसं जन्मतः मूल रडलं नाही, की अस्वस्थ होतात. त्यांची दाणादाण

उडते. हर प्रयत्नाने ती मुलाला रडवतात, नि मगच स्वत: हसतात!

मला रडवण्यासाठी म्हणे अशीच प्रयत्नांची पराकाष्ठा करावी लागली. डॉक्टरांनी माझ्या अंगावर-तोंडावर गार पाण्याचे सपकारे मारले. पाठीत रपाटे मारले. आई तर पोरगी गेली म्हणून हंबरडा फोडून रडायलाच लागली. वडीलही त्यांच्या मोठेपणाला सांभाळून गंभीर झाले.

म्हणजे, जन्मत:च मला मार खाऊन रडावं लागलं.

नंतरच्या आयुष्यात मला मार खाल्ल्याचं आठवतंय; कधी रडल्याचं आठवत नाही.

तेव्हाही बहुतेक, मी सर्वांकडे पाहून व्यवस्थित हसले असते. मोठ्यांच्या समाधानासाठीच मला रडावं लागलं असणार.

बारशाच्या दिवशी माझं नाव 'समिधा' ठेवण्यात आलं. आणि त्या हाकेला मी इतक्या लवकर प्रतिसाद देऊ लागले की, लाडानं मला 'चिंपुडी', 'बाली' असलं काही म्हणावंच लागलं नाही!

तुम्हाला खोटं वाटेल–वाटल्यास आईलाही विचारू शकता, पण चौथ्या महिन्यात मी पहिला शब्द उच्चारला! आणि तो होता–'देवा!'

खूप गडबड उडाली. आईनं वडिलांना सांगितलं. त्यांनी अविश्वास दाखवला. माझ्या पाळण्याशी येऊन त्यांनी बोबडं-बोबडं बोलत माझ्यापासून तो शब्द वदवून घेण्याचे प्रयत्न केले. अर्थातच मी तो पुन्हा उच्चारला नाही. तेव्हाच काय, त्यानंतर मी दोन महिने मौनच पाळलं होतं.

सहाव्या महिन्यात मात्र मी सगळं बोलू लागले. काय हवं, काय नको, व्यवस्थित सांगू लागले. हळूहळू मला माझी वाक्येदेखील तयार करता येऊ लागली.

आठव्या महिन्यात मी स्वतंत्रपणे चालायला शिकले!

इथून पुढचं मला सगळं आठवतं.

आता तर तुम्ही सारखेच चकित होणार, अविश्वास दाखवणार. म्हणून एक सोपा मार्ग सांगते. थोडंसं स्पष्टीकरण देते.

माझं वय तुम्ही विसरून जा. मरतेसमयी मी फक्त सोळा वर्षांची

होते, एवढंच तुम्हाला आठवत राहिलं नाही, तर तुम्हाला वारंवार आश्चर्य करावं लागणार नाही. कारण, माझ्या या छोट्या आयुष्यात ज्या घटना घडल्या आहेत, त्या अॅबनॉर्मल वा अमानवी वगैरे नाहीत. कोणाही स्त्रीच्या आयुष्यात घडणाऱ्या, घडू शकणाऱ्या घटनाच माझ्याही वाट्याला आल्या आहेत. फरक इतकाच की, त्या अवेळी-अकाली आहेत, म्हणून विचित्र वाटतात.

असो. जे काही घडलं, त्यातल्या ठळक–मला महत्त्वाच्या वाटतात–अशा घटना तेवढ्या मी इथे सांगते. त्या तशाच का घडल्या–मी त्याबाबतच्या माझ्या प्रतिक्रिया अमुक एका पद्धतीनेच का नोंदवल्या, ते मलाही स्पष्ट करून सांगता येणार नाही. आताही त्यांची कारणीमीमांसा द्यायला मी असमर्थच आहे.

ऐका हं....

वयाच्या मानाने मला समज अधिक होती, हे तर स्पष्टच आहे. आपोआपच, त्यामुळे मित्र-मैत्रिणींत असताना त्यांचं नेतृत्व नेहमी माझ्याकडे यायचं. पण त्या वेळी, माझं नेतृत्व मान्य करताना, पोरं माझ्यावर जाम खवळूनदेखील असायची. माझ्या वयाच्या मुलांपेक्षा माझं मोठ्या मुलांशी जास्त झटकन् पटायचं.

उदाहरणार्थ, अवघी तीन वर्षांची असताना, मी पाच-सहा वर्षांच्या मित्रांवर रुबाब करायची. त्यांना लहान असल्यासारखी वागणूक द्यायची आणि दहा-बारा वर्षांची पोरं मला नेहमी बरोबरची वाटायची! म्हणजे पुन्हा पंचाईत अशी, की माझ्या जोडीच्या मुलांमध्ये खेळण्यात मला स्वारस्य नसायचं; मोठी मुलं–मी खूपच लहान म्हणून–मला त्यांच्यात खेळायला घ्यायची नाहीत!

यातून मी एक चांगला मार्ग शोधून काढला.

गोष्टींची पुस्तकं वाचणं. पण त्यातही, 'काऊ-चिऊ'च्या गोष्टी-'बोलणारी मैना';गाणारा पोपट'....अशा पुस्तकांमध्ये माझं मन फार काळ रमू शकलं नाही.'गलिव्हर','सिंदबाद','रॉबिनहूड','गोट्या'-हीच मंडळी माझी दोस्त झाली;

तितक्याच लवकर मला त्यांचा कंटाळाही आला!

आधीच, तीन-साडेतीन वर्षांची मुलगी पुस्तकं वाचते, हेच विशेष कौतुकास्पद! म्हणून बाबांनी मला ढिगानं पुस्तकं आणून दिली. पण मला कुमार-वाङ्मयाची रेषा ओलांडून प्रौढ वाङ्मय वाचायला कोण परवानगी देणार? मला तर 'गोष्टीरूप रामायण','महाभारत'...इ.च्या पलीकडचं काहीतरी वाचायला हवं होतं.

घरातल्यांची नजर चुकवून, वयाच्या चौथ्या वर्षी मी पहिलं मोठं पुस्तक वाचलं, आणि ते मला आवडलं. माझ्या आठवणीप्रमाणे,

ती एक सुंदर प्रेमकथा होती!

त्या वेळी आमच्या घराशेजारी सुयोग नावाचा एक मुलगा राहायचा. तो थोड्या–फार फरकाने माझ्याच वयाचा होता. तो बहुतेक आमच्याचकडे असे. आणि मला तो फार आवडायचा. कसा रशियन पोरांसारखा गोरा, गुब्रा होता. नाक गालात लपून गेलेलं होतं आणि मनगटं अशी मांसल, की मनगटाचं हाड कधी हाताला लागायचं नाही.

एकदा तो खेळायला आला तेव्हा बाबा कामावर गेले होते; आई सुयोगकडेच–त्याच्या आईशी गप्पा मारायला गेली होती. सुयोगचा व्यत्यय नको म्हणून बहुतेक,त्याची इकडे रवानगी करण्यात आली असावी.

आम्ही खेळलो. खूप खेळ खेळलो. शिवणापाणी झालं–तळ्यातमळ्यात झालं, पत्त्यांचा बंगला बांधून झाला आणि मध्येच तो कशात तरी पाय अडकून पडला. रडू लागला."अॅ हॅ रे! पोरगा असून रडतो!" वगैरे धैर्य देण्याचे पारंपरिक प्रकार करून मी त्याला जवळ घेतलं. मी जवळ घेताच तो रडायचा थांबला. पण काय झालं कोणास ठाऊक, त्याचं गुबगुबीत शरीर मला दूर करवेना! मी त्याला घट्ट आवळून धरला. त्यानं सुटायची खूप धडपड केली. सुटका होईना, तसा तो नव्याने अधिक रडू लागला. "रडू नको अं" म्हणत मी त्याला आवळत राहिले.

माझी आई, याला काय झालं–समिधानं मारलं का–म्हणून पाहायला आली, तेव्हाच मी त्याला सोडून दिलं.

त्यानं आईला सांगितलं–समिधानं मला जोलात पकलून थेवलं!

आई मला रागावली. सुयोग डोळे चोळत घरी गेला.

सुयोगची चड्डी काढून मला त्याच्या चुंगीला हात लावून पाहायचा होता, पण ते नाहीच जमलं. पुन्हा कधी तरी, अशी संधी मिळाली की मी ते करून पाहणार होते. पण सुयोगचे बाबा त्याच आठवड्यात त्यांच्या नव्या ब्लॉकमध्ये राहायला गेले, नि ती शक्यता बाद झाली.

मला फार वाईट वाटलं.

या सुयोगपेक्षाही माझी खरी दोस्ती झाली ती प्रकाशदादाशी.

तो तेव्हा एस.एस.सी ला होता. नि 'खूप हुशार' म्हणून तो माझे फार लाड करायचा. मला फिरायला न्यायचा, कॅडबरी खायला द्यायचा. पाय दमले नसले तरी मी तशी तक्रार केली, की तो मला कडेवर घ्यायचा. मला तो आवडायचा. तो सतत खेळत असे, त्यामुळे असेल, पण त्याच्या शर्टला वगैरे घामाचा एक उग्र, कडवट वास यायचा. तो वास तर मला खाऊपेक्षा प्रिय असायचा. त्यानं गालाची पपी घेतली की मला फार आनंद व्हायचा. त्याच्या तोंडाला अधून-मधून सिगारेटचा वास असायचा. अशा वेळी, मलाही त्याची पी घेण्याचा मोह व्हायचा. मग तो एक खेळच व्हायचा. त्यानं माझी पी घेतली, की मी त्याची घ्यायची. पुन्हा मी. शेवटी, खदखदून हसत तो मला चापट मारायचा, की खेळ संपला.

या प्रकाशदादाचं मला फार आकर्षण होतं. त्यानं अभ्याससुद्धा न करता, आपल्याभोवती पिंगा घालत राहावं, आपण सारखं त्याच्याजवळ असावं, आपल्या उपस्थितीत त्यानं त्याच्या धाकट्या बहिणीकडे–मीनाकडेही लक्ष देऊ नये–त्याला आपल्याव्यतिरिक्त कोणी असूच नये....असं काहीसं ते वाटणं होतं. तो कोणा मित्रांबरोबर फिरायला सिनेमाला वगैरे गेला, तरी मी त्याच्याच घरात रुसून त्याची वाट पाहायची. तो आला की गाल फुगवून-करंगळीनं हवेत भोकं पाडत, त्याच्याशी कट्टी घ्यायची. तो खदखदून हसत मला जवळ घेऊ लागला, की रागाने त्याला दूर ढकलून ''काही नको जा!'' म्हणत राहायची. मग तो माझा इवलासा प्रतिकार मोडून मला उचलून घ्यायचा. ''तुला सोडून परत कध्धी कुठे जाणार नाही!'' असं त्यानं वचन

दिलं की मी खुलायची. त्याच्याशी बोलू लागायची. खुश होऊन स्वत:हून त्याला पी घ्यायला परवानगी द्यायची.

त्यानं छातीशी कवटाळून पी घेणं, ही त्या काळी माझी सुखाची परमावधी होती!

चिंतामामाच्या लग्नासाठी आम्ही कोल्हापूरला गेलो होतो. लग्न पुण्यात न करता कोल्हापूरला का करायचं, वगैरे प्रश्नांशी मला काही देणं-घेणं नव्हतं. आमच्यासाठी दोन स्वतंत्र एसट्या होत्या. आपल्याला गावाला जायचं होतं, यातच मला आनंद होता.

दोन्ही एसट्या खच्चून भरल्या, इतकं आमचं वऱ्हाड होतं. पुण्यातले सारे नातेवाईक, मुंबई–अलिबागच्या आत्या, ठाण्याची काकू, झालंच तर, चिंतामामाची मित्रमंडळी. त्यांनी एका एस.टी.च्या तीन रांगा अडविल्या होत्या आणि त्यांच्या हसण्या-खिदळण्याला नुसतं उधाण आलं होतं.

अर्थात, आईला सोडून मी मामापाशी बसले. त्याच्या गप्पाविनोदांत रस घेऊन ऐकू लागले. त्यांच्या जोडीने दिलखुलास हसू लागले. सगळ्या कंपनीला माझं फार कौतुक वाटलं. ते माझ्याशीही गप्पा मारू लागले.

चिंतामामाच्या मित्रांमध्ये एक गोरा, सुंदर तरुण होता. त्याला सगळे श्री म्हणत होते. त्याचे केस भुरे-भुरे नि कुरळे होते. ते वाऱ्यावर उडून त्याच्या डोळ्यांवर येत. मला तो तरुण मनापासून आवडला. त्याला मी स्पष्ट सांगितलं-''तू फार छान दिसतोस! मला आवडलास.''

सगळा ग्रुप एकदम जोरात हसायला लागला. एकानं मला विचारलं- ''लग्न करतेस का श्रीशी?'' मी तोऱ्यात उत्तर दिलं-''त्या दृष्टीनं मी अजून विचार केलेला नाही; पण मोठी झाल्यावर करीनही कदाचित!''

चिंतामामा मला दटावू लागला. पण त्याचे मित्र माझ्यावर असे काही खुश झाले होते, की त्यांनी त्याला बोलूच दिलं नाही. श्रीनं तर मला उचलून स्वत:च्या मांडीवरच बसवलं!

का कोणास ठाऊक, मला ते फार आवडलं, आणि खूप लाजही वाटू लागली. खरंतर, श्रीशी माझी फार छान गट्टी जमली. त्याचे दुष्ट मित्र तर त्याला सारखे चिडवायलाच लागले. पण त्यानं ते मनावर घेतलं नाही.

हसायचा नि परत माझ्याशी गप्पा मारायला लागायचा.

शिरवळला त्यानं मला पेरू घेऊन दिला. साताऱ्याला तर आम्ही कॅन्टीनला जाऊन बटाटेवडा खाऊन आलो. तो मला कडेवर घेत होता, पण त्यापेक्षा त्याच्या हातात हात गुंफून चालणंच मला जास्त आवडलं. मग मला झोप यायला लागली. त्याच्या खांद्यावर डोकं टेकवून झोपण्याची माझी फार इच्छा होती. पण माझ्या उंचीमुळे ते जमेना. शेवटी त्याच्या मांडीवर डोकं ठेवून झोपी गेले.

फार मस्त वाटलं.

जाग आली तेव्हा एस.टी कराडच्याही पुढे आली होती. चिंतामामा आणि श्री सोडून बाकीचे सारे तरुण भकाभका सिगारेटी ओढत होते. मी श्रीला विचारलं–तू नाही का ओढत? तर तो नाही म्हणाला. म्हटलं–ओढ ना! माझ्या तोंडावर धूर सोड. त्यानं चकित होत विचारलं, तुला सिगारेटचा त्रास होत नाही? मी म्हणाले–नाही. उलट, मोठी माणसं सिगारेटचा धूर सोडताना कसली रुबाबदार दिसतात!

माझी खात्री आहे–मी आणखी थोडा आग्रह केला असता, तर श्रीनं माझ्या आग्रहाखातर तरी सिगारेट ओढलीच असती. पण बाकीची टवाळ पोरं 'ओढ-ओढ!',"अरे, ती म्हणते तर ऐक!" वगैरे चिडवत राहिली, म्हणून, इच्छा असूनही त्याला ओढता आली नसेल!

चिंतामामाचं लग्न म्हणजे गदारोळ होता नुसता! हा रुसतोय–त्याची समजूत काढावी लागते आहे....आमचे बाबासुद्धा कुठल्यातरी क्षुल्लक कारणावरनं "जेवायला येत नाही जा!" म्हणून हटून बसले होते!

मला नाही बाई आवडलं.

लहान मुलं रुसली-रागावली तर ही मोठी माणसं त्यांना धाक दाखवतात, दम देतात, मारतात;आणि इकडे स्वत:च रुसतात!

झणझणीत रट्टे मारले पाहिजेत पाठीत!

श्री नसता तर मी अगदी कंटाळून गेले असते. तो होता म्हणूनच. मी आपली सारखी त्याच्याबरोबर असायची. कोणीतरी त्याला 'समिधाचा नवरा'

असं चिडवतानादेखील ऐकलं मी. पण खरं सांगायचं तर मला मुळीसुद्धा राग आला नाही. उलट, छानच वाटलं. मी त्याला आणखीनच चिकटून राहायला लागले. दुपारी तो आणि नितीन सिनेमाला जाण्यासाठी म्हणून बाहेर पडले, तर मी काही त्याची पाठ सोडली नाही. घेऊन गेला शेवटी!

श्री च्या शेजारी बसून सिनेमा पाहताना किती मजा आली! पडद्यावरची एक गोरी-गोरी मुलगी श्रीसारख्याच एका देखण्या मुलाबरोबर बागेत गाणं म्हणून नाचत होती ना, तेव्हा तर मला वाटलं, श्रीला म्हणावं–चल, आपण बागेत जाऊ!

आला नसता तो. नित्या बरोबर होता ना, चहाडी करायला!

म्हणून मीच म्हटलं नाही.

सिनेमा सुटल्यावर आम्ही रिक्शा करून रंकाळ्यावर गेलो. नितीन सारखा म्हणत होता- समिधा, चल, आपण कार्यालयात जाऊ. तुझे आईबाबा वाट पाहत असतील. मी म्हटलं- काही वाट पाहात नाहीत. त्यांना माहिताय्- मी श्रीबरोबर गेले आहे! मग श्रीचं नितीनशी इंग्लिशमध्ये काहीतरी बोलणं झालं. माझ्याकडे रागारागाने पाहून तो म्हणाला–जादा शहाणीच आहे साली! मी लक्षच दिलं नाही. गेला एकटाच निघून.

बागेत आल्यावर श्रीनं मला भेळ दिली. आईस्क्रीम दिलं. रंकाळा दाखवला.

जाम खुश झाले. वाटलं, आता हा आपल्या हातात हात गुंफून नाचदेखील करेल!

पण तेवढ्यात, तिथे एक मोठी मुलगी आली. ती न् श्री एकमेकांकडे पाहून हसले. मला जागा न सोडण्याबद्दल ताकीद देऊन तो तिच्यापाशी गेला. दोघं चांगले तासभर बोलत होते. मी अगदी कंटाळून गेले. मला त्या मुलीचा खूप राग आला, श्रीचाही आला, पण कमी आला. ती भवानी त्याला सोडत नसेल, तर तो तरी काय करणार?

मुलगी दिसायला अगदी सिनेमातल्यासारखीच होती. पण छान असली म्हणून काय झालं? मोठं झाल्यावर मी पण तिच्याहून छान दिसले असतेच की! श्रीशी इतका वेळ बोलायचं कारणच काय तिला? आणि श्री का सांगत

नाही- समिधा एकटी आहे, मी जातो!

संतापाने मला अगदी रडू यायला लागलं, तेव्हा कुठे ती भवानी गेली.

"काय गं, कंटाळलीस ना?" श्रीनं मला जवळ घेत विचारलं.

खरंतर, त्यानं जवळ घेतलं,तेव्हाच माझा राग पळून गेला होता. म्हणणार होते, नाही म्हणून. पण म्हटलं, त्यालाही आपण इंगा कळू देत की!

"कोण होती रे ती?" मी चिडक्या आवाजात विचारलं.

तो मला कडेवर घेत नुसता हसला.

पुन्हा आईस्क्रीम खायला दिलं. म्हणायला लागला–कोणाला सांगायचं नाही हं हे!

"तू काहीही केलंस ना",मी अनवधानाने खुशीत येत म्हणून गेले,"तरी मी कोणाला सांगणार नाही. कारण, तू मला आवडतोस ना?"

"थँक यू" म्हणत त्यानं माझ्या गालाची पी घेतली. मग आम्ही रिक्शा स्टॅन्डच्या दिशेनं चालू लागलो. अचानक माझ्या डोक्यात थोडा प्रकाश पडला. मी पुन्हा विचारलं–

"ए श्री, सांग ना- कोण होती ती?"

"गौरी." तो मिस्कील हसत म्हणाला.

"ओळखीची आहे?"

"हं."

"तू पुण्याला, ती इथे! मग कशी रे ओळखीची?"

"ती आधी पुण्यातच होती. तिच्या वडिलांची कोल्हापूरला बदली झाली, म्हणून ती इकडे आली."

"होऽ?

"का नाही थांबला मग भेटायला?"

माझ्या प्रश्नाचं उत्तर टाळत तो खदखदून हसत म्हणाला,

"अफलातून मेन्दू आहे हां समे तुझा! मानलं साला!"

त्यानं माझ्या मेंदूचं कौतुक केलं. करू दे. मी काही विषय बदलला नाही. श्री माझा आता पक्का-पऽक्का मित्र झाला म्हटल्यावर, त्याच्याबद्दलचं

हे मला कळायलाच हवं.

"श्री, त्या सिनेमातल्यासारखं तुमचं काही आहे का रे?" मघापासून मनाला छळणारा प्रश्न मी भीत-भीत विचारून टाकला.

"हंऽऽऽ"

"मग तू तिच्याशी लग्न करून टाक!" मी ताड्कन म्हणाले, "छान दिसता तुम्ही!"

"थँक यू. माझं या गौरीशी लग्न झालं ना, तर समी, मी तुला लाललाल रंगाचा, सोनेरी टिकल्यांचा फ्रॉक बक्षीस देईन!"

एस.टी.त गप्पा मारताना मीच त्याला म्हणाले होते- मला लाल रंगाचा, सोनेरी टिकल्यांचा फ्रॉक फार आवडतो.

तसाच फ्रॉक देण्याचं श्री कबूल करीत होता, नि मला थोडासाही आनंद होत नव्हता. सारखं रडूच येत होतं.

पुढे श्रीचं खरंच त्या गौरीशी लग्न झालं. कबूल केल्याप्रमाणे त्यानं मला मऊ-मऊ लुसलुशीत कापडाचा, लालचुटुक-सोनेरी टिकल्यांचा फ्रॉक दिला.

मी, आमंत्रण असून लग्नाला गेले नाही;
त्या फ्रॉकला तर मी मरेपर्यंत शिवलेसुद्धा नाही!

माझ्या वयाच्या इतर मुलांपेक्षा माझ्यात निश्चितपणे काही वेगळेपण होतं. विशिष्ट वयोमर्यादेत बुद्धीची चौकट मी दर प्रसंगी ओलांडत होते.

ज्या वयात खेळायचं-भांडायचं-खाऊसाठी हट्ट धरायचा-विचित्र हट्टांसाठी प्रसंगी मार खायचा; त्या वयात मला एक प्रकारचं नैराश्य येऊ पाहत होतं. कशातही मला रस वाटेनासा झाला होता. सवयीनुसार कर्तव्य म्हणून मी, 'अभ्यास' हे मला आव्हान कधीच वाटलं नाही. एकदाच वाचूनही जे सहज माहीत होई–मेंदूत पक्क बसे–त्यासाठी कसली वर्गातल्या शिक्षकांची मूर्ख बडबड ऐकायची? वर, पाठांतर करा, गृहपाठ करा–या कटकटी!

खरंतर अभ्यासाची सगळी पुस्तकं–गणिताच्या पद्धतीसकट सुरुवातीला एकदा वाचून झाली, की मला त्यांचा उपयोगच नसायचा! म्हणूनच, माझं

अवांतर वाचन प्रचंड होतं. वयाच्या आठव्या वर्षी माझं संपूर्ण रामायण व महाभारत तोंडपाठ होतं. आणि बाबांनी मला घरच्या घरी इंग्रजीचं प्राथमिक ज्ञान द्यायला सुरुवात केल्यामुळं मी हळूहळू इंग्लिश कथा- कादंबऱ्याही वाचू लागले होते.

अर्थातच, आईचा या वाचनाला भरपूर विरोध होता. पण ती जळफळण्यापलीकडे काहीही करू शकत नव्हती. कारण बाबांचा माझ्या वाचनाला भरघोस पाठिंबा होता. एकदा ते आईला समजावून सांगत असताना मी ऐकलंदेखील आहे. आपली समी म्हणजे तुम्ही सामान्य मुलगी समजू नका. लाखांत एखाद्यालाच अशी बुद्धीची ईश्वरदत्त देणगी लाभते!

हं महाभारतावरचं मला आठवलं–

का हो, तुमचं काय मत आहे? मला तर सारखं वाटतं–जगातल्या कोणत्याही वाङ्मयात असं पात्र नाही, जे महाभारताला नवं ठरेल!

असो. सहज आठवलं म्हणून विचारलं आपलं. मला उत्तर नकोच आहे तुमच्याकडून!

सांगत होते ते माझ्या वेगळेपणाबद्दल.

माझं हे वेगळेपण एका विचित्र प्रसंगाने आई-बाबांच्या लक्षात आलं. प्रसंग काही खुलवून, कौतुकानं सांगण्यासारखा नाही. म्हणजे नसावा. कारण तो वाईट नसता तर आई-बाबांना धक्का बसण्याचं, विषाद वाटण्याचं कारणच नव्हतं. पण आईनं मला मारलं. माझ्या वाचनावरून–माझ्या स्वातंत्र्यावरून ती बाबांना नाही नाही ते बोलली. बाबांनी मान खाली घालून ऐकून घेतलं,

म्हणून.

नाही तर इतका त्रागा करण्यासारखं मी काय केलं होतं, ते मला तेव्हा तरी खरंच कळलं नव्हतं.

आमच्या समोरच सरकारी दूधकेंद्र आहे. अगदी रस्ता ओलांडायचा नि दूध घेऊन यायचं.

कोणीही दूध आणायला जातं.

त्या दिवशी आईनं मला पाठवलं.

बाटल्यांची पिशवी घेऊन बाहेर आले, तर गॅलरीत झोपलेल्या जयरामकडे माझं लक्ष गेलं. नेहमी गॅलरीत झोपायचा. त्याची लुंगी फाकली गेली होती, आणि–

खूप दिवसाचं कुतूहल होतं, म्हणून मी फक्त निरखून पाहिलं. जरा हात लावला!

जयराम दचकून जागा झाला. मला पाहून ताडकन उठून बसला. मला तर वाटलं, हा आता तोंडातच मारणार!

त्यानं मला बाबांकडे नेलं; बाबांनी एका मोठ्या डॉक्टरकडे!

माणूस आजारी पडला कीच त्याला डॉक्टरांची आठवण येते. इतर वेळी कोणी त्यांना मुद्दाम लक्षातबिक्षात ठेवत नाही. डॉक्टरच कशाला, ओळखीतल्या प्रत्येकाचीच आपण अशी वर्गवारी करून, केव्हा कोणाची आठवण करायची ते ठरवून टाकलेलं असतं! पण बुद्धिसागर डॉक्टर मात्र माझ्या चांगले लक्षात राहिले आहेत. ते साठीच्या घरात होते. सावळेच होते, पण त्यांचा चेहरा सतत हसरा असायचा. कसल्याशा प्रसन्न आनंदाने डोळे चकाकत असायचे नि बोलणं अगदी मधासारखं दाट नि गोड. अगदी घुमा मुलगादेखील त्यांच्यासमोर न बोलता पाच मिनिटं बसू शकणार नाही!

माझी तर त्यांच्याशी मैत्रीच जमली. मी त्यांना अंकल म्हणू लागले.

बाबांबरोबर मी त्यांच्याकडे पंधरा-वीस वेळा तरी गेले असेन. भीती अशी कधी वाटलीच नाही. पहिल्याच भेटीत त्यांच्याबद्दल मनात असा काही गाढ विश्वास निर्माण झाला होता की, त्यांनी काहीही केलं तरी मी यत्किंचितही भ्यायची नाही.

मला डॉक्टर अंकलकडे का नेण्यात आलं, तेही मला कधी समजलं नाही. आणि आम्ही त्यांच्याकडे जाणं का सोडून दिलं, तेही उलगडलं नाही!

हे अंकल फार गमतीदार होते. बाबांनी सांगितलं–आणि त्यांच्या दवाखान्यावर पाटी होती, म्हणूनच त्यांना डॉक्टर म्हणायचं! इतर डॉक्टरांकडे आजारी माणसांची गर्दी असते, तशी त्यांच्याकडे कधीच नसायची. केव्हाही जा; ते आपले आमची वाटच पाहत असायचे! गेलो की खूप गप्पा मारायचे.

मला काय-काय विचारायचे. बास–तेवढंच. मला सगळ्यात गंमत कसली वाटत असेल तर ती ही–वर्गात शिक्षकांचं बोलणं आम्ही पोरं त्यांच्या सांगण्यावरून लिहून घ्यायचे ना, तसे ते माझं बोलणं, मी न सांगताच,लिहून घ्यायचे. मी पण मग खूप बोलायची!

त्यांच्याकडे आम्ही शेवटचं गेलो, त्या दिवशी बाबांनी त्यांना तीन-चारशे रुपये दिले. मी त्यांना म्हणालेसुद्धा– 'अंकल, तरीच म्हटलं, नुसत्या गप्पा मारून तुमचं भागतं कसं? या गप्पा मारण्यासाठीदेखील तुम्ही पैसे घेता, म्हणजे कमाल आहे हं!'

दोन-तीन दिवसांनी बाबा आईला सांगत होते, ते मी ऐकलं– "समिधा मध्ये कोणतीही विकृती वा ॲबनॉर्मल असं काही नाही. डॉ. बुद्धिसागर म्हणत होते– या पोरीला लाखात एक असा मेंदू परमेश्वराने दिला आहे. म्हणून ती इतर मुलांच्या मानाने वेगळी वाटते. तिच्या वयापेक्षा तिला कितीतरी जास्त समज आहे. म्हणून तिला प्रत्येक नव्या गोष्टीचं कुतूहल वाटतं. जिज्ञासा वाटते. आपण तिची जिज्ञासा मारता कामा नये. तिच्या मनातल्या शंकांचं योग्य प्रकारे समाधान केलं पाहिजे."

म्हटलं–घ्या! कळलं ना काय ते?

सोनाराने कान टोचावे लागतात, हेच खरं शेवटी!

आई त्या दिवसापासून माझ्याशी फार चांगलं वागू लागली. पण तिचं बोलणं कमी झालं. ती बऱ्याचदा कसल्यातरी विचारात हरवल्यासारखी दिसू लागली. आणि ते माझ्याबद्दलचेच आहेत, हेदेखील कोणी मुद्दाम सांगायची आवश्यकता नव्हती!

एक दिवस, मी झोपले आहे असं वाटून, आई बाबांना म्हणाली–

"तुम्हाला आपली विमल आठवते का हो? समिधा अगदी तिच्यासारखी दिसते बघा!"

"विमल–" बाबा विचार करीत उद्गारले."दिसते खरी! मी मागेच तुला म्हणालो होतो. विमलच्या न् हिच्या चेहऱ्यात खूपसं साम्य आहे."

"का हो, ती गेली तेव्हा किती वर्षांची होती?"

"वीस. का गं?"

“नाही, पानसेआजी म्हणत होत्या...”

“काय? तुमच्या पोटी विमलच जन्माला आली–असं?”

“हं.”

“काहीतरीच! विमल कशाला आपल्या पोटी येते?”

“अहो, असं काय करता? ती ऐन तारुण्यात मेली; तिच्या कितीतरी इच्छा अपुऱ्या राहिल्या असतील!”

“अगं, पण पुन्हा जन्माला यायचं तर प्रशांतच्या वेळी ती तिच्या आईच्याच पोटी जन्माला आली नसती का? जन्म घेण्यासाठी ती कशाला तेरा वर्षं थांबते?”

“तुमचं बरोबर असेल, पण....काय हो, समी इतकी बुद्धिवान का, मी विचारते.”

“ती माझ्यावर गेली असेल!”

“हं! चेष्टा राहू दे हं.”

“म्हणजे, ती इतकी बुद्धिवान आहे म्हणून ती विमल आहे म्हणतेस? मठ्ठच आहेस! विमल अगदी सामान्य होती!”

“तसं नाही हो. पण...आता कसं समजावून सांगू तुम्हाला? अहो, समजा, हा पुनर्जन्माचा प्रकार असेल, नि समी विमलचा मेंदू घेऊन जन्माला आली असेल, तर....तिचा मेंदू वीस वर्षे मोठा नाही का राहणार?”

बाबा एकदम गप्प झाले. विचार करू लागले. मग म्हणाले,

“ही तुझ्या डोक्यातली कल्पना नाही! कोण म्हणालं असं?”

“पानसेआजी करकरेमहाराजांकडे जातात ना, त्यांनी महाराजांना विचारलं होतं. ते म्हणाले.”

“अस्सं! म्हणजे आता आपण करकरेमहाराजांकडे जाणार आहोत!”

“जाऊन बघायला काय हरकत आहे?”

“ते काय करणार? कसं ओळखणार?”

“त्यांचं आध्यात्मिक सामर्थ्य फार मोठं आहे म्हणे. ते तिला मागच्या जन्मात जायला लावतील. ती सगळं सांगेल.”

“आणि, काही कारणाने, त्यांनी समीला पुन्हा या जन्मात नाही

आणता आलं-''

"सदा न् कदा चेष्टा कसली हो!''

"बरं-बरं, जाऊ....तू म्हणतेस तर!''

पुनर्जन्म!

मला तर हसूच यायला लागलं.

त्या दोघांच्या लक्षात येऊ नये, म्हणून मी कुशीवर वळून, डोक्यावरून पांघरूण घेऊन हसत राहिले.

खरं सांगू?

पुनर्जन्म वगैरे गोष्टींवर माझा कधीच विश्वास नाही. आहे हा जन्म माणसाला नकोसा होतो–त्यातल्या आठवणीसुद्धा नकोत म्हणून माणूस इथे आत्महत्या करून संपून जातो; आणि मागचा जन्म कोण 'मागील जन्मावरून पुढे चालू' म्हणून कवटाळून बसणार?

आईच्या समाधानाकरता म्हणून मी आपली करकरेमहाराजांकडे गेले. ते थोडे तिरळे होते, नि तोतरेही होते. आध्यात्मिक ताकदींनी अशाच माणसाची प्रगटीकरणासाठी निवड करावी, यायचं मला हसू यायला लागलं. तर, ते पाहून महाराज जोरजोरात माना डोलावत म्हणाले-

"आहे हा प-पु-पु पुनर्जन्माचा प-प प्रकार आहेच! द-द दरबारात येता श-श-क्शणीच तिला म-मागचा ज-जन्-म आठवू लागला आहे. म-म्ह-म्हणूनच ती हा-हा-हसतेय!''

आई लगेच बाबांकडे पाहू लागली. बाबा महाराजांकडे पाहत होते. महाराज त्यांची नजर माझ्यावर केंद्रित करू पाहत होते. म्हणाले,

"म-म-माझ्या ड-डोळ्यांत ब-बघ!''

त्यांच्या डोळ्यांत अचूकपणे पाहायचं तर मलाही डोळे तिरळे करणं आलं! मी ते केले. ते म्ह-म्ह-म्हणायला लागले,

"म-मा-मा-गील ज-जन्-मी ह-ही-थ-थट्-टेखोर अ-आ-सली पाहिजे!''

आणि माझ्या डोळ्यात आपली तिरळी नजर रोखून-"क-का-काय न-नव तुझं.''

"समिधा."

"प-प-पाहा! ल-लगेच त-तिला म-मा-मागील न-नाव आ-आठवलं!"

"मागील वगैरे नाही; याच जन्मातलं तिचं नाव समिधा आहे!" बाबा हसू दाबत म्हणाले.

त्याचंही त्यांना क-का-काही वाटलं नाही.

"अ-आ-असं ह-होय? ठ-ठी-ठीक आहे. अ-आ-त-ता-म-मागे ज-जाईल!"

त्यांनी परत त्यांची 'ती' नजर रोखली. आता मात्र मला हसू आवरेना. म्हणाले,

"महाराज, माझ्याकडे न पाहता तुम्हाला काही करता येणार नाही का?"

"त-त्-रास ह-होतो ना? जा-जा, म-मागील ज-जन्मात! सांग-त-तू ख-ख-खरी क-क-कोण आहेस? अ-आ-आठवतंय् क-का?"

"आठवतंय!" मी वैतागून म्हणाले, "गेल्या जन्मी मी सावकार होते, आणि तुम्ही माझ्याकडून पाच हजार रुपये उसने घेतले होते–ते दिलेले नाहीत! आता देऊन टाका!"

आसपासचे भक्तही हसायला लागले. त्यांच्या मनातला महाराजांविषयीचा विश्वास कमी होऊ लागला. तसं, गडबडून जात, महाराजांनी आम्हाला निवान्त यायला सांगितलं. पूर्वजन्मात जायला ही फार त्रास देणार, म्हणायला लागले.

बाबांनी काय ते ओळखून, मला पुन्हा तिथे नेलं नाही, म्हणून बरं झालं!

महाराजांचा मी जो किस्सा सांगितला, त्यावरून तुमचा समज होईल समिधा थट्टेखोर होती, पण तसं नाहीये. मी फार गंभीर-अबोल-अंतर्मुख आहे. एकूणच माझी वृत्ती निराश आहे. उदास आहे आणि नक्की सांगता येणार नाही, पण श्रीचं त्या गौरीशी लग्न झालं, त्यानंतरच माझ्यात फार झपाट्याने बदल घडत गेले, असं मला वाटतं, त्यामागचं कारण मला सांगता येणार नाही. कारण, तेव्हा मी फक्त सात वर्षांची होते! पण एक नक्की-गौरीशी लग्न करणाऱ्या श्रीबद्दल माझ्या मनात राग नव्हता. नुसता

खिन्नपणा. श्रीशी लग्न करणाऱ्या गौरीबद्दल मात्र माझ्या मनात पराकोटीचा द्वेषच होता. श्रीची गौरीपेक्षा आपल्याशीच चांगली गट्टी जमू शकली असती, ही कल्पना काही कधी माझ्या डोक्यातून गेली नाही.

त्यानंतर एक वर्षाने–म्हणजे आठ वर्षांची असताना, पहिल्यांदा माझ्या मनात एक विचार अगदी भीत-भीत डोकावला–

आपला जन्म व्यर्थ आहे! आपल्याला काय हवं तेही आपल्याला कधी कळणार नाही. कोणी ते समजून घेणार नाही. आपल्याला काही मिळणारच नाही! सगळ्याच गोष्टींना उशीर लागतो आहे.

पाहा ना–काही कारण नसताना आपण अजून शाळेत जात बसलो आहोत!

सोडून द्यावी?

काय करायचं आहे जाऊन? एकही शिक्षक आपल्याला नवं काही शिकवू शकत नाही. आपण काय बोलतो ते वर्गात एका पोराला कळेल तर शप्पत!

आणि आई-बाबा इकडे उगाच काळजीत–या पोरीचं कसं होणार म्हणून!

कसं काय व्हायचं? नशिबात जे काही असेल, तेच होईल ना? का ते कोणाला टाळता आलं आहे?

मऽग!

याच काळात मला कथा-कादंबऱ्या वाचणं म्हणजे वेळेचा अपव्यय करणं वाटू लागलं. भगवद्गीता-गीतारहस्य....अशा धार्मिक ग्रंथांमध्ये मला रुची वाटू लागली. आई-बाबांच्या चकित होण्याकडे, त्यांच्या घाबरण्याकडे मुळीच लक्ष न देता मी दोन वर्षांत कितीतरी धार्मिक ग्रंथ वाचून टाकले.

आणखी एक प्रसंग मला ठळकपणे आठवतो, ज्यामुळे माझ्या विचारांना वेगळी दिशा मिळाली.

पानसेआजींबरोबर मी एकदा कीर्तन ऐकायला गेले होते. बुवा फार प्रसिद्ध होते. वेदान्तावर भाष्य करण्याबाबत त्यांची विशेष ख्याती होती.

खूप गर्दी होती. आम्ही अगदी दारापाशीच होतो. पण लाउडस्पीकरमुळे अगदी खणखणीत ऐकायला येत होतं. नमन वगैरे झाल्यावर बुवांनी अभंग

म्हटला आणि त्या अभंगानुसार निरूपणाला सुरुवात केली. मी पहिल्यापासूनच त्यांच्या विवेचनात रंगून गेले. त्या ओघात त्यांनी म्हटलं–म्हणजे, उदाहरणादाखल एक प्रश्न वेगळ्या पद्धतीने उपस्थित केला.

एका माणसाला विचारलं–काय होतं तुमचं नाव? कोण तुम्ही?

म्हणाला–माधव.

तर, माधव नाव केव्हा मिळालं तुम्हाला?

म्हटलं, बारशाच्या वेळी ते आईने ठेवलं.

आणि बारशाच्या आधी तुम्ही कोण होता?

कोण म्हणजे? बाळ होतो.

केव्हापासून 'बाळ' होता?

जन्माला आल्यापासून–सरळ आहे!

मग, त्यापूर्वी?

त्यापूर्वी....?त्यापूर्वी–गर्भ होतो, गर्भ.

आणि 'गर्भ' रूप घेण्यापूर्वी?

तर....उत्तर कुठे देता येतंय?

हाच तो मूळ प्रश्न. हेच आत्म-शोधन–

''कोऽहं?''

खरंच,

मी समिधा–म्हणजे नक्की कोण?

समिधा हे 'माझं' नाव आहे.

'मी' कोण?

हे डोकं, हात, पाय, डोळे....

म्हणजे 'मी'?

नाही. हे माझं शरीर आहे.

हे सारं ज्याचं आहे, तो 'मी' कोण?

कोण कुठला एक आत्मा; त्यानं हे शरीर का धारण करावं? त्याला हे कवच देण्यामागे त्या परमेश्वराचा काय हेतू? हा त्याचा एक गमतीदार

खेळ आहे, का त्यामागे काही उद्देश आहे–विशिष्ट सूत्र आहे?

होय, माझं वय दहाच आहे, नि मला हे सारे विचार अंतर्मुख करतायत्!

विसरून जा माझं वय!

मी शांत होते–विचारशील होते...अधिक अबोल नि अंतर्मुख झाले.

माझ्यातला हा बदल आई-बाबांना योग्य वाटला, का अयोग्य–काही कळलं नाही. पण लहान मुलामुळे सारं घर बोबडं होतं-रांगतं-गातं, हा अनुभव या घराला मी लहानपणीही न दिल्यामुळे, त्यांची माझ्याकडून व्रात्यपणाची वा हट्टाची वगैरे अपेक्षा उरली नसेल!

वर-वर तरी सगळं शांत होतं आणि नसायला काय झालं? माझ्या मनात येणाऱ्या विचारांची मी आई-बाबांना थोडी जरी कल्पना दिली असती, तरचा प्रश्न होता तो. पण मला या बाबतीत कोणाशी कधी चर्चा करावी असं वाटलंच नाही! सांगता येणार नाही अशा प्रकारे माझ्या स्वभावाची घडण या काळात बदलत गेली. त्याचा माझ्या लक्षात आलेला–सांगता येण्यासारखा असा–परिणाम म्हणजे–

मला एकूण 'माणूस'या प्राण्याबद्दलच दया येऊ लागली. कोणाहीकडे मी आपोआपच सहानुभूतीने पाहू लागले. मला जन्म देणाऱ्या आईबद्दलही माझ्या मनात कीव निर्माण होऊ लागली

पाहा ना-

आपण कोणाच्या तरी अट्टहासापायी जन्माला येतो. तो जन्म नाकारण्याचादेखील आपल्याला अधिकार नसतो! जन्माला आलोच आहोत म्हणून आपलं शरीर जपत-पोसत आपण मोठे होत राहतो. जगाच्या सान्निध्यात राहून-राहून आपल्यालाही जगण्याबद्दल-जगरहाटीबद्दल एक प्रकारचा आपलेपणा निर्माण होतो. या चाकोरीत आपणही वेगळं न पडता, त्यात बेमालूमपणे सामावलं जावं, म्हणून मग शिक्षण घेणं....पदवी प्राप्त करून घेणं....इतरांच्या स्पर्धेत आपण जास्त गरजू नि लायक आहोत असं भासवत, नोकरीसाठी पण–धंद्याच्या उभारणीसाठी अविश्रांत मेहनत....याला स्वत:च्या पायावर उभं राहणं म्हणायचं. ते जमलं–चार पैसे शिल्लक पडले की विवाह!

आपल्या अट्टहासापायी आणखी कोणा एक-दोघांचं चाकोरीत येणं....त्यांना स्वत:च्या पायांवर उभं करणं, हे मग आपलं जीवितकार्य. ते पार पडलं की आपल्याच संततीवर भार टाकून, मृत्यू येईपर्यंत जगत राहायचं. मृत्यू आला की कृतार्थपणे त्याच्या स्वाधीन हे शरीर करून, एकदासाठी या जगातून नाहीसं व्हायचं. आणि साठ-सत्तर वर्षांच्या खडतर तपश्चर्येतून मागे काय उरणार, तर भिंतीवरला आपला एक फोटो!

का? कशासाठी?

प्रत्येकाने या चाकोरीतून थोड्याफार फरकाने जायलाच हवं का? याहून वेगळं कोणाला काही करताच येणार नाही का?

मी मोठं का व्हावं? हे सारे सोहळे मी का भोगावेत? कशासाठी– काय घडण्याची वाट बघत मी जिवंत राहावं?

आत्महत्या करून या साऱ्या कंटाळवाण्या सव्यापसव्यातून मी माझी मुक्तता का करून घ्यायची नाही?

आमच्या वाड्यातल्या नंदिनीचं दोन वर्षांपूर्वी लग्न झालं. मला ही पोरगी फार आवडायची.

अगदी लाघवी, गोड.

ती मध्यंतरी माहेरी म्हणून आली. फारच छान दिसायला लागली होती. रसरशीत, सतेज.

मी जास्तीत जास्त वेळ तिच्यापाशीच घालवायची. गप्पांमधून कळलं– तिला बाळ होणार आहे, नि म्हणून ती माहेरपणाला आली होती.

म्हटलं–असं सांग की तू गर्भार आहेस!

हसायला लागली.

एकदा सांगत होती–मला मुलगीच हवी.पहिली बेटी-तूप-रोटी. पण ह्यांना मुलगा हवा आहे. आमची पैज पण लागली आहे.

मी नुसती हसले. ते सांगताना नंदिनीचे डोळे असे चमकत होते, चेहऱ्यावर इतकं प्रसन्न हास्य होतं, की तेच पाहत राहावंसं वाटलं.

काय-काय सांगत होती–मुलगी झाली की तिचं नाव मी प्राजक्ता

ठेवणार. तिला इंग्रजी शाळेत घालणार. डॉक्टर करणार. अमेरिकेला पाठवणार. मुलगा झाला तरी तशी काही हरकत नाही म्हणा! त्याचं नाव ह्यांनी ठरवलं आहे–संयोग. ठेवू देत. त्यालाही आम्ही डॉक्टर-इंजिनियर करूच. तुला काय वाटतं समे, मला काय होईल?

म्हणणार होते–काहीही!भविष्यातलं असं आधी सांगता थोडंच येतं!

फार अपेक्षेनं पाहत होती माझ्या चेहऱ्याकडे. तिचं मन मोडवेना. म्हणाले–दोन्ही होईल!

"चावट आहेस!" म्हणत मला तिने चापट मारली. खुश होऊन खूप हसली.

नंदिनीला काय झालं माहितीय?

मुलगा.

नवरा पैज जिंकला. पण हे कबूल करायला नंदिनी थांबली नाही! मुलाला जन्म देऊन नवऱ्याला कृतार्थ करण्याचंच जीवित-कार्य असल्यासारखी, गुपचूप देवाघरी निघून गेली.

माझ्या डोळ्यांदेखत झालेला तो एकमेव मृत्यू!

मनावर फार आघात झाला.

नंदिनीच्या घरच्यांनी फोडलेला हंबरडा–तिच्या नवऱ्याचा आक्रोश आणि नवजात बालकाचं केविलवाणं अनाथपण!

खूप प्रश्न मनात वादळी वेगानं घोंघावून गेले.

नंदिनी का जन्माला झाली? तिनं असं ऐन तारुण्यात मरून जावं, हे कोणी नि का ठरवलं? कोणत्या अधिकारात ठरवलं?

केवळ दोन वर्षे संसार करून विश्वासराव विधुर का झाले?

एक अजाण बालक जन्मत:च अनाथ कसं झालं?

एका अकाली मृत्यूमध्ये किती माणसं बरबाद करण्याची ताकद आहे! त्याच्या इच्छेनं आपण असे घोर परिणाम स्वीकारत, नाहीसं व्हायलाच हवं का?

त्यानं बोलावलं म्हणून जाणं चांगलं, का आपणच त्याला बोलावणं सन्मानाचं?

नंदिनीला–तिच्या कलेवराला पाहून विश्वासरावांनी टाहो फोडला.

नंदाऽ,कशी गं मला अशी अर्ध्यावर सोडून गेलीऽस? आता मी काय करू? कोणासाठी जगू?

तिची आई बेशुद्ध पडली होती. शुद्धीवर येताच, पुन:पुन्हा कळवळून म्हणत राहिली–

अगंऽ तुझ्याऐवजी देवानं मला का गं नेलं नाही?

आणि एक अजाण, निरपराध, निष्पाप जीव तेव्हा पाळण्यात एकाकी, निर्विकार पडून होता. आपली आई गेली आहे, सर्वांत जास्त नुकसान आपलं झालं आहे तर आपण यांच्यापेक्षा मोठा आवाज काढून रडावं, हे पण त्याला माहीत नव्हतं!

खरं ना?

यांतल्या प्रत्येकाला, आपल्याशी संबंधित–आपले हितसंबंध गुंतलेलं एक माणूस गेलं–म्हणून वाईट वाटलं. म्हणून हा आक्रोश. 'माणूस' अकाली मृत्यू पावला म्हणून कोणाला दु:ख का होत नाही? एक तरुणी मेली म्हणून ओळखदेखील नसलेला रस्त्यावरचा प्रवासी का असा शोकाकुल होत नाही?

आणि, नंदिनीच्या आईचा त्रागा तरी खरा, का क्षणिक? का क्षणिकच खरा?

असं एकाऐवजी दुसऱ्याला जाणं शक्य असतं तर....

निरपेक्षपणे कुणी दुसऱ्याला स्वत:चं आयुष्य दिलं असतं?

रक्तदान किंवा किडनी देणं, हा हल्ली एक धंदा झालाय् म्हणे!

मुलगा जगण्यासाठी एक सुदृढ किडनी आवश्यक आहे?

माझ्यापाशी दोन आहेत. एक देतो.

पन्नास हजार रुपये!

अशी धंदेवाल्यांची जात काहीही करू शकेल. एखादा कल्पक माणूस आयुष्याची एजन्सी वगैरेही काढेल.

तुमच्या घरातल्या म्हाताऱ्या-अपंग वगैरे माणसाचं दोन वर्षे आयुष्य द्या; एक लाख मिळवा!

मी ते गरजवंताला पाच लाखाला विकेन!

पण-

असं कोणी कोणाला आपलं आयुष्य देईल?

काहीही खरं नाही. यातलं काहीच खरं नाही.

एक 'मी नि माझं' तेवढं खरं!

विश्वासरावांना प्रश्न पडला होता ना–नंदिनीवाचून कसं जगायचं?

त्यांनी त्यांच्यापुरता तो सोडवला.

सहा महिन्यांपूर्वी त्यांनी दुसरं लग्न केलं.

त्यांची दुसरी बायकोही फार चांगली आहे म्हणे! कुमारी असून तिनं विश्वासरावांची दया येऊन त्यांच्याशी लग्न केलं.

एकच झालं.

संयोग–त्यांचा मुलगा आपल्या आजीपाशी लहानाचा मोठा होतो आहे!

हो, तिचा बिचारीचा काय संबंध नंदिनीच्या मुलाशी?

असं नाही का?

'प्रिय आई आणि बाबा–

माझी ही चिठ्ठी तुमच्या हाती पडेल, तेव्हा मी या जगात नसेन!

आपली मुलगी अकाली गेली म्हणून तुम्हाला खूप दुःख होईल. तुम्ही शोकाने वेडे व्हाल. मला कल्पना आहे.

तरीही,

मी आत्महत्या करीत आहे.

मला सारं जीवन असार-अर्थशून्य वाटतं. त्यात तुमचा काहीही दोष नाही, इतकंच मी सांगू शकते. तुमचं कर्तव्य तुम्ही चोखपणे पार पाडीत होता. मलाच हे नैराश्य का यावं, ते मी सांगू शकत नाही. पण आत्यंतिक कंटाळा येऊन मी हे जीवन संपवते आहे. संधी मिळाली तरी मला वाचवण्याचा प्रयत्न करू नये. कारण, मी निश्चितपणे पुन्हा हेच करीन! जाते आहे. शक्य झाल्यास, क्षमा तेवढी करून टाका.

–समिधा

फाईल क्र. १९

पृष्ठ क्र.६०

क्लोझिंग नोट:

माझ्या आजपर्यंतच्या आयुष्यात मी हजारो मनोरुग्ण तपासले. शेकडो पूर्णत: बरे केले.

समिधा केसकरसारखी एकही केस यापूर्वी माझ्याकडे आली नव्हती. येणार नाही. येऊही नये. कोणत्याही मनोवैज्ञानिकाकडे अशी एकही केस दाखल होऊ नये.

समिधा केसकर स्वत:च एक अनाकलनीय गुंता आहे, असं तिची एकूण साठपानी फाईल पुन:पुन्हा वाचून–अभ्यासून माझं मत झालं आहे.

माझ्या दृष्टीने, कोणताही मनोविकार–तज्ज्ञ या केसचा उलगडा करू शकणार नाही, वा त्याला केस नॉर्मलला आणण्यात यश येऊ शकणार नाही.

एवढंच फार तर म्हणता येईल–

समिधा केसकर हा निसर्गाचा, वा जगाची सूत्रं संचालित करणाऱ्या शक्तीचा क्रूर असा चमत्कार आहे. बळी आहे.

यावर संशोधन होणं अत्यंत आवश्यक आहे. असं तिच्या बाबतीत घडलं असू शकेल का, या बाबतीत मी स्वत:देखील साशंक आहे. पण, मी आता इथे जी थिअरी मांडणार आहे, त्याखेरीज, इतर कोणत्याही उपपत्तीने समिधा केसकरच्या वर्तवणुकीचं–तिच्या विचारपद्धतीचं विश्लेषण करता येत नाही.

म्हणून, एक 'शक्यता' म्हणून मला असं वाटतं–

समिधा केसकरच्या मेंदूची बौद्धिक वाढ दरवर्षी साडेतीन ते चारपट या वेगाने होत असावी!

म्हणजे, वय वर्षे तीन; मेंदू मात्र दहा-बारा वर्षांचा!

तिचं शरीर, तिचा अनुभव, तिच्या सभोवतीचं वातावरण आणि तिची बौद्धिक क्षमता, कुवत–

यात समिधा केसकरला समन्वय कधीतरी साधता येईल का?

तिच्या मेंदूची विचार करण्याची पात्रता दर वर्षी चौपटीनं वाढत

राहील आणि ती मात्र एक-एक वर्षानं मोठी होत राहील.

चार वर्षांच्या मुलीच्या मनात भिन्नलिंगीय आकर्षण झाल्याची अवास्तव परिस्थिती मान्य करताना, तिच्या मेंदूचं वय सोळा आहे, हे नुसते विचारात घेणं अत्यावश्यक ठरेल!

समिधा केसकरच्या मेंदूतले विचार, अनुभव नसल्याने ते व्यक्त करण्याची पद्धतच तिला अज्ञात असल्याने ती कधीच योग्य प्रकारे व्यक्त करू शकणार नाही. तिचं शरीर तिच्या विचारांना साथ द्यायला असमर्थ ठरेल.

यात सर्वांत महत्त्वाचा धोका मला वाटतो तो असा–

या वेगाने समिधाचा मेंदू परिपक्व होत राहिल्यास, ती अवघी वीस वर्षांची होईतो,

तिचा मेदू ऐंशी वर्षांचा होऊन थकला असेल!

तसं झालं तर–

कोणत्याही पद्धतीने, समिधा केसकरचं शरीर व मेंदू यांत समन्वय साधणं,

कदापिही शक्य होणार नाही.

जास्तीत जास्त–

वयाच्या वीस-बाविसाव्या वर्षी समिधा केसकर आत्महत्या करेल!

– डॉ. अजित बुद्धिसागर